மூன்று தலைமுறை

கி.வா. ஜகந்நாதன்

Title: Moondru Thalaimurai

Author: Ki. Va. Jagannathan

Language: Tamil

First Published on: 1951

Year of Publication: 2024

Book Format: Paperback

*Page Size: 6inch * 9inch*

Category: Fiction

Subject: Short Novel

No. of pages: 62

ISBN: 978-81-997926-4-7

Published by: Nilan Publishers, Madurai, Tamilnadu, India

பொருளடக்கம்

குறிப்புகளுக்காக

மூன்று தலைமுறை

1

"கழுதை கெட்டால் குட்டிச் சுவர்" என்ற பழமொழியை அர்த்தம் இல்லாமல் செய்துவிட்டது இந்தக் கழுதை. இந்தக் கழுதை கெடாத கழுதை. அது குட்டிச் சுவருக்கு அருகில்தான் நின்று கொண்டிருந்தது. வெறும் குட்டிச்சுவராக இருந்தால் அங்கே நின்றிருக்காது. சுற்றி லும் புல் தரை இருந்தது. எதிரே ஒரு சிறிய குளம். குள ம் என்றால் படித்துறை, கைபிடிச்சுவர் ஒன்றும் இல்லை. மடுவென்றுதான் சொல்ல வேண்டும். அதற்கு வண்ணான் மடு என்று பெயர்.

கழுதை நின்றபடியே தூங்கிக்கொண்டிருந்தது. அதன் மேல் வெயில் படாதபடி குடைபோலப் பாதுகாத்தது குட்டிச் சுவர். அந்தக் குட்டிச் சுவர் மண் சுவர் அல்ல; செங்கற்சுவர். மிகவும் ஏழை வீட்டின் பகுதி என்று சொல்வதற்கும் இல்லை; பெரிய பணக்காரனுடைய மாளிகையின் பழைய சின்னம் என்று சொல் வதற்கும் இல்லை.இடிபாடுகளைக் கொண்டு ஆராய்ச்சி நடத்தினால், "நடுத்தரமான குடும்பம் வாழ்ந்து வந்த நாகரிகமான வீட்டின் சிதிலம் இது" என்ற முடிவுக்கு வர நேரும்.

"தம்பீ" என்ற குரல் கழுதையின் உறக்கத்தைக் கலைத்தது.

'ஆடை சுமக்கும் வாகனமே!' என்று மறு படியும் சத்தம் கேட்டது.

'யார் நம்மைக் கூப்பிடுகிறார்கள்? வக்கணையாகக் கூப்பிடுகிறார்களே?' என்று கழுதை சுற்று முற்றும் பார்த்தது. ஒருவரையும் காணவில்லை. குட்டிச்சுவர் தான் இருந்தது. மறுபடியும் கண்ணை மூடப் போகும் சமயத்தில், "என்ன

தம்பி, காதில் விழவில்லையா?" என்ற ஒலி மறுபடியும் கேட்டது.

"யார்?" என்று கழுதை குரல் கொடுத்தது. "நான்தான், உன் பக்கத்திலுள்ள சுவர் பேசுகிறேன்."

"சுவரா!"- கழுதை வெறிக்க வெறிக்கப் பார்த்தது.

அதென்ன அப்படிப் பார்க்கிறாய்? யாராவது நமக்குப் பேசக் கிடைக்கமாட்டார்களா என்று இத்தனை நாளாகப் பார்த்துக் கொண்டே இருக்கிறேன். ஒரு பிராணியைக் காணவில்லை. மற்றவர்கள் வந்து என்ன பிரயோசனம்? அவர்களுக்கு நான் பேசுவது எங்கே கேட்கப்போகிறது? குட்டிச் சுவரின் பாஷையைக் கழுதையினந்தானே தெரிந்துகொள்ள முடியும்? ஏதோ கழுதை ஊராருக்கும் வண்ணானுக்கும் பயந்து கொண்டு எங்களிடம் வருவதாக இந்தப் பைத்தியக்கார உலகம் நினைத்துக்கொண்டிருக்கிறது. நான் சொல்லும் கதையைக் கேட்கக் காது படைத்தவர்கள் கர்க்தப ஜாதிதானே? நீங்கள் எவ்வளவு ஆவலாகக் கேட்பீர்கள்! அதற்காகவே ஆண்டவன் உங்களுக்கு நீண்ட செவிகளைப் படைத்திருக்கிறான். குட்டிச் சுவர் என்று எங்களை ஏசும் மனித ஜாதியின் அகம்பாவத்தை என்னவென்று சொல்வது? மனிதன் வாழ்ந்ததையும் வீழ்ந்ததையும் தெரிந்துகொண்டு ஞானியைப்போல நிற்கும் எங்களுடைய பெருமையை அந்தக் கடவுளே அறிவார். அதனால்தான் கோயில்கள் பலவற்றில் எங்களுக்கும் இடம் கொடுத்திருக்கிறாரென்று கேள்விப்படுகிறேன். சரித்திர ஆராய்ச்சிக்காரர்களைக் கேட்டால் எங்கள் பெருமையைத் தெரிவிப்பார்கள். மாட மாளிகைகளைப் படம் பிடிக்கிறார்கள் பலர், சரித்திர ஆராய்ச்சிக்காரர்கள் எங்களையும் படம் பிடிக்கிறார்கள். எங்கள் இனத்தாரை ஒன்றும் செய்யக் கூடாது, பாதுகாக்க வேண்டுமென்று அரசாங்கத்தார் கூடச் சட்டம் செய்திருக்கிறார்களாம்."

கழுதை கொட்டாவி விட்டது. "என்ன தம்பி, மறுபடியும் தூக்கம் வருகிறதா? சரி சரி என் பெருமையைக் கேட்கப் பிடிக்கவில்லை போலிருக்கிறது!" என்றது குட்டிச் சுவர்.

கழுதை அப்போதுதான் வாயைத் திறந்தது.

"அண்ணா, என்னை மன்னிக்க வேண்டும். நான் இந்த ஊருக்குப் புதியவன். நேற்றுத்தான் வந்தேன், வந்த களைப்பினால் தூங்கினேன். இந்த இடம் தனியாக இருந்ததனால் இங்கே வந்தேன்."

"அடடா! இங்கும் என்னுடைய தொந்தரவு வந்து விட்டதே என்று நினைக்கிறாயோ?"

"இல்லை அண்ணா; உன் பேச்சுக்கு உடனுக்குடன் பதில் கொடுக்கவில்லையே, அதற்குக் காரணம் சொல்ல வருகிறேன். அதிகமான களைப்பினால் கண் சுற்றியது. உன்னிடத்தில் அவமரியாதையாய் இருப்பதாக நினைக்காதே.

"சே,சே! அப்படியெல்லாம் நினைப்பேனா? பல நாளாகச் சிநேகிதர்களையே காணாமல் ஏங்கியிருந்தேன். அதனால்தான் உன்னைக் கண்டவுடன் படபட வென்று கொட்டிவிட்டேன். வயசாகிவிட்டதோ, இல்லையோ?"

"பேசினால் என்ன? இப்படிக் கலகலப்பாகப் பேசுகிற வர்களைக் கண்டால் எனக்கு அதிகமாகப் பிடிக்கும். நானும் பேசக்கூடியவன்தான். என்னவோ கண்ணை ஒரே இறுக்காக இறுக்கியது; தூங்கிவிட்டேன். என் காதில் உன் பேச்சு அரைகுறையாக விழுந்தது. கனவு போல இருந்தது. நான் விழிப்பாக இருந்தால் இத்தனை தூரம் நீ பேசுகிறவரையில் சும்மா இருப்பேனா? வருபவர்களை வா என்று கூப்பிட்டு உபசாரம் செய்து பேசி அளவளாவுகிறதென்பது தனிக் குணம். எங்கள் ஊர்க்காரரர் கள் அதில் மிகவும் சிறந்தவர்கள்.

"அப்படியா? உங்கள் ஊர் எது? பார்த்தாயா? நான் மறந்துவிட்டேன். உன்னைப்பற்றியே நான் இன்னும் தெரிந்து

கொள்ளவில்லையே! நேற்றுத்தான் வந்தே னென்று சொன்னாய். எங்கிருந்து வந்தாய், யார் வீட்டுக்கு வந்தாய், எவ்வளவு நாளைக்கு இருப்பாய்? ஒன்றும் கேட்காமல் என் கதையை ஆரம்பித்து விட்டேனே! என்ன இருந்தாலும் குட்டிச்சுவர் குட்டிச்சுவர்தானே?"

"என்ன அண்ணா, அப்படிச் சொல்கிறாய்? சற்று முன்புதானே குட்டிச்சுவரின் மாகாத்மியத்தை எடுத்துச் சொன்னாய்? அதற்குள் இப்படிக் குறைவாகச் சொல்கிறாயே!"

"நீ மிகவும் விவகார ஞானம் தெரிந்தவன்போல இருக்கிறதே! நல்ல வேளை! இவ்வளவு காலத்துக்குப் பிறகு, பேசுவதற்கு நீ கிடைத்தாயே! நடுவிலே பேசாமலேயே
இருந்துவிட்டதனால், அப்படி மாறி மாறி வருகிறது வார்த்தை. வயசு ஆகிவிட்டதும் ஒரு காரணம். இதையெல்லாம் பெரிதாக எடுத்துக்கொள்ளாதே தம்பி "

"எதை? முன்னே சொன்னதையா? பின்னே சொன்னதையா?" என்று கேட்டது கழுதை.

"எதை வேண்டுமானாலும் வைத்துக்கொள். இவ்வளவு கெட்டிக்காரத் தனமாகப் பேசும் உன்னைக் கண்டால் எனக்குச் சந்தோஷம் உண்டாகிறது.உன்னிடத்தில் எத்தனையோ பேச வேண்டும். ஆனால், பேச எண்ணினால் துக்கம் பொங்கி வருகிறது."

"துக்கம் ஏன் அண்ணா?"

'பழைய ஞாபகம் வருகிறது. அதனால் துக்கம்.'

"அது என்ன பழைய ஞாபகம்? என் மாதிரி யாராவது உனக்குப் பழைய சிநேகிதர்கள் இருந்தார்களா?"

"அதை ஏன் கேட்கிறாய்? அது பெரிய கதை, முதலில் நீ உன் கதையைச் சொல். பிறகு என் கதையைச் சொல்கிறேன்."

"என் கதை என்ன அண்ணா? நான் வயசில் எவ்வளவோ சிறியவன். எனக்குத் தெரிந்ததோ கொஞ்சம். அதைப் பிறகு சொல்கிறேன், உன் கதையைச் சொல்லு கேட்கிறேன்."

"அப்படியானால் உன் ஊரை மாத்திரம் சொல்லி விடு. பிறகு என் கதையைச் சொல்கிறேன்."

நான் இருபது மைல் தூரத்தில் இருக்கிறதே, கோழிப் பேட்டை, அங்கிருந்து வருகிறேன்."

"அடேடே! இந்த ஜமீனுக்கும் அப்பாலிருந்தா வருகிறாய்? கோழிப்பேட்டையா? அதே கோழிப்பேட்டையா?"

"எந்தக் கோழிப் பேட்டை? உனக்குத் தெரியுமா அண்ணா? நீ அங்கே போயிருக்க முடியாதே!"

"நான் எங்கேதான் போக முடியும்,தம்பி? இருந்த இடத்தில் இருந்தே எத்தனையோ விஷயங்களைத் தெரிந்து கொண்டிருக்கிறேன். கோழிப் பேட்டையைப் பற்றியும் அப்படித்தான் தெரிந்துகொண்டேன். நீ சொன்ன கோழிப் பேட்டை கமலபுர ஜமீனைச் சேர்ந்த கோழிப் பேட்டைதானா?"

"ஆமாம்."

"இங்கே நீ யார் வீட்டுக்கு வந்திருக்கிறாய்?"

"குமரப்பன் வீட்டுக்கு. அவனை உனக்குத் தெரியாது. அவனே புதிதாகத்தான் இந்த ஊருக்கு வந்திருக் கிறான். அது ஒரு கதை. உன் கதையைச் சொல், முதலில் "

"சரி; சொல்கிறேன். நடுவில் ஊம் கொடு; இல்லா விட்டால் எனக்கு உற்சாகம் இருக்காது."

"அண்ணா, உன் தந்திரம் எனக்குத் தெரியும். நான் எங்கே மறுபடியும் தூங்கிவிடுவேனோ என்று உனக்குச் சந்தேகம்.

அதனால்தான் ஊம் கொட்டச் சொல்கிறாய் என்று சிரித்தது கழுதை குட்டிச் சுவரும் கூடச் சிரித்தது."

கவனமாய்க் கேள் தம்பி; இது பெரிய கதை; வெகு நாளையக் கதை: மூன்று தலைமுறைக் கதை. இந்தக் கதையை வேறு யாரும் சொல்ல முடியாது. அத்தனை காலமும் இருந்து பார்த்த எனக்குத்தான் தெரியும்.

இந்தக் குமாரபுரம் ஜமீனிலே இப்போது இருக்கிற ஜமீன்தார் அவரை ராஜா என்றுகூடச் சொல்வார்கள் இவர் பேர் பால்வண்ணதுரை. இவருடைய தாத்தாவுக்கும் அதுதான் பேர். அவர் காலத்தில்தான் என் கதை ஆரம்பிக்கிறது.

"ஹூம்"- இது கழுதையின் குரல்.

"பால்வண்ணதுரை என்ற பேர் அவருக்கு வைத்ததற்கு ஒரு காரணம் உண்டு. அவர்களுடைய குல தெய்வத்துக்கு அந்தப் பேராம். ஆனால் நாளடைவில் அந்தப் பேர் மாறிவிட்டது. பாலாடைத்துரை, பாலாடைத்துரை என்றே எல்லோரும் அவரை அழைக்கலானார்கள். அவருக்குப் பாலாடையில் அதிகமான பிரியம் என்று நினைத்துக் கொள்ளாதே. அதற்கும் ஒரு காரணம் உண்டு.

பால்வண்ண துரை சிங்கார புருஷர். ஆடை ஆபரணங்களில் அதிகக்கவனம் செலுத்துபவர். ஆள் நல்ல தங்கமேனியாக இருப்பார். எப்போதும் சிரித்த முகம். அன்றன்று புதுச் சலவை ஆடைகளைத்தான் உடுப்பார். அதில் ஓர் அப்பு அழுக்கு இருக்கக்கூடாது. ஒருமுறை உடுத்த ஆடையைச் சலவை செய்யாமல் மதுமுறை கூடுக்கமாட்டார். வெளியிலே போய்வந்தால் உடனே உடைகளை மாற்றிக் கொள்வார். எல்லாம் சுத்தமான வெள்ளை ஆடை பால்போல வெள்ளையாடைகளை உடுத்து வந்தமையால் அவருக்குப் பாலாடைத்துரை என்று பேர் வந்தது.

அந்தப் பேரை யார் முதல் முதல் வைத்தார் தெரி யுமா? யாரோ தமிழ்ப் புலவர் ஜமீன் தாரைப் பார்க்க வந்தாராம். அவருடைய

தூய வெண்மையான ஆடை களைக் கண்டு, "நீங்கள் பால்வண்ணதுரை' உங்கள் ஆடையும் பாலாடையாக இருக்கிறது" என்று சிலேடையாகப் பேசினாராம். அதுமுதல் பாலாடைத்துரை என்று எல்லோரும் சொல்ல ஆரம்பித்தார்கள்.

பாலாடைத்துரைக்குத் தினந்தினம் புதிய சலவைத் துணிகள் வேண்டுமானால், இந்த ஜமீனில் வண்ணார் களுக்கு வேலை அதிகம் இருப்பது இயற்கை அல்லவா? ஜமீன்தார் மாத்திரம் அல்ல. அரண்மனையில் உள்ள அவருடைய உறவினர்களும் தங்கள் ஆடையை மாசு மறுவின்றி வைத்துக் கொள்ளப் பிரயாசைப் பட்டார்கள். ஜமீனில் வேலை செய்யும் உத்தியோகஸ்தர்களும் சலவைத் துணிகளையே அரண்மனைக்கு வரும்போது உடுத்துவார் கள். அரண்மனை யென்று ஜமீன்தார் மாளிகையைச் சொல்வது வழக்கம். இப்படிப் பலருக்கும் செய்யவேண்டியிருந்ததால் சலவைக்காரர்களுக்கு இடை விடாத சலவை வேலை இருந்தது.

துரைக்கு மாத்திரம் சலவை செய்ய ஒரு தனிக் குடும்பமே இருந்தது. அந்தக் குடும்பத்தில் ஏகாம்பரம் என்ற வண்ணானும் அவனுடைய தாயும் வேறு சிலரும் இருந்தார்கள். அவ்வளவு பேரும் துரையின் ஆடைகளைத் தவீர வேறு யாருடைய உடைகளையும் வெளுப்பதில்லை. அந்தக் குடும்பத்திற்கு அரண்மனையிலிருந்து தனியே மானியம் விட்டிருந்தார்கள். பாலாடைத்துரை தம் காலத்தில் ஒரு நிலத்தை அவர்களுக்கு அளித்தார். அதுமாத்திரமா? அடிக்கடி துரை அளிக்கும் இனாம் வேறு ஏகாம்பரத்துக்குக் கிடைக்கும். இவ்வளவும் கிடைக்கும்போது அவர்களுக்கு என்ன குறை இருக்கப்போகிறது? வேறுயாருக்கும் வெளுக்க வேண்டிய அவசியமே அவர்களுக்கு ஏற்படவில்லை.

ஏகாம்பரத்துக்கு அப்போது இருபது வயசு இருக் கும். கல்யாணம் ஆகவில்லை. அவனுடைய உறவிலே எத்தனையோ பெண்கள் இருந்தார்கள். இருந்தாலும்

யாரிடத்திலும் அவன் மனசு மேவவில்லை. ஆண், பார்ப்பதற்கு அழகாக இருப்பவன்; தோள்களெல்லாம் எவ்வளவு உயரமாக இருக்கும்! பரந்த மார்பு. அவன் வண்ணானாகப் பிறக்காமல் ராஜாவாகப் பிறந்திருந்தால் ஆயிரம் ராஜகுமாரிகள் அவன் அழகில் சொக்கிப் போயிருப்பார்கள். இப்போது தான் என்ன? அவனைக் கல்யாணம் பண்ணிக்கொள்ள அவனுக்குச் சொந்தமான பெண்களெல்லாம் ஆசைப்படத்தான் பட்டார்கள். அவன் இசையவில்லை. பாவி! சொந்த மாமன் மகளைத் தான் கல்யாணம் பண்ணிக் கொண்டானா?

நீ சொன்னாயே, அந்தக் கோழிப்பேட்டையிலிருந்து ஒருத்தன் ஒருநாள் ஏகாம்பரத்தின் வீட்டுக்கு வந்தான். ஆள் பேச்சில் வல்லவனாக இருந்தான். மகா வாயாடி. சனியன் மாதிரி வந்து சேர்ந்தான். அவனைச் சொல்லி என்ன பிரயோசனம்? விதி யாரை விட்டது?

அவன் வந்தானா? வந்து என்ன என்னவோ சமாசாரமெல்லாம் பேசிக்கொண்டிருந்தான். கமலபுரம் ஜமீன்தார் பெண்ணை, இந்த ஊர் ஜமீன் தாருக்குக் கொடுக்க ஏற்பாடு ஆவதாக அவன் ஊரிலே வதந்தி இருந்ததாம். அதை அவன் சொன்னான். அந்த ஜமீன் பெருமைகளை அளந்தான். பிறகு, "மச்சான், மச்சான், நீ இந்த ராஜாவுக்குப் பிரியமானவனாக இருக்கிறாய். இவருக்கு எங்கள் ஜமீனிலே கல்யாணம் ஆகப்போகிறதே; உனக்கும் அந்த ஜமீனிலே கல்யாணம் ஆனால் நன்றாக இருக்குமே!" என்று ஒரு யோசனையையும் சொன்னான். ஏகாம்பரத்துக்கு அவன் சொன்னது பொருத்தமாகவே பட்டது. ஆனால் "பெண் இருக்கிற இடம் தெரிய வேண்டாமா?" என்று யோசிப்பதற்குள், "பெண்ணைப் பற்றி யோசிக்கவேண்டாம். மச்சான். எனக்கு ஒரு தங்கை இருக்கிறாள். கண்ணுக்கு நன்றாக இருப்பாள். அதை நானே சொல்லக்கூடாது. நீயே பார்த்தால் தெரிந்து கொள்வாய். நம்முடைய குடும்பத்துக்குள் எவ்வளவோ காலமாகச் சம்பந்தம் இருக்கிறது. நீதான் இப்போதெல்லாம் எங்கள் ஊர்ப் பக்கமே தலை காட்டு வதில்லை. வந்திருந்தால் என் தங்கையைப் பார்த்திருப்பாய்.

உன்னைப்போல ஒரு புருஷன் கிடைக்க அவள் தவசு செய்திருக்கவேண்டும்" என்று சொன்னான்.

ஏகாம்பரத்துக்கு உண்டான சபலம் உறுதியான ஆர்வமாக மாறியது. "உன்னுடைய அப்பா இந்தக் கல்யாணத்துக்குச் சம்மதிப்பாரா? உங்கள் ஜமீனுக்குள்ளே மாப்பிள்ளை வேண்டுமென்று நினைக்க மாட் டாரா?" என்று கேட்டான்.

"அப்பா எதிலும் தலையிடமாட்டார். நான் சொன்னால் சரியென்று சொல்லிவிடுவார். எதற்கும் அத்தையை ஒரு தடவை எங்கள் ஊருக்கு அனுப்பி, தங்கச்சியைப் பார்த்துவிட்டு வரச்சொல். இன்றைக்கே வந்தாலும் சரி, நான் கூட்டிக்கொண்டு போகிறேன்" என்றான் கோழிப் பேட்டைக்காரன்.

"இல்லை, இல்லை.எப்படித் திடீரென்று புறப்பட்டு வரமுடியும்? நல்ல நாள் பார்த்து அனுப்புகிறேன்" என்றான் ஏகாம்பரம்.

நல்ல நாள் பார்த்து ஏகாம்பரத்தின் தாய் கோழிப் பேட்டைக்குப் போய் முருகாயியைப் பார்த்தாள். தன் பிள்ளை யாரையும் கல்யாணம் பண்ணிக்கொள்ள மாட்டேன் என்கிறானே என்ற வருத்தம் அவளுக்கு இருந்தது. இப்போது கல்யாணம் பண்ணிக் கொள்கிறேன் என்றதே அவளுக்குப் பெரிதாகத் தோன்றியது. அதோடு, முருகாயியைப் பார்த்தபோது அவளுடைய அழகும், வேலைத் திறமையும் அவள் மனசைக் கவர்ந்தன. துடிதுடிப்பாக இருந்தாள் அவள். ஏகாம்பரத்தின் தாய்க்கு அவளை நன்றாகப் பிடித்துவிட்ட து.

ஊருக்கு வந்து ஏகாம்பரத்தினிடம், "பிள்ளை நல்லா இருக்குது. ராசாத்தி மாதிரி அழகாக இருக்கிறாள்" என்றாள்.

முருகாயிக்கு வேண்டிய பரிசம் போட்டு ஏகாம்பரம் அவளைக் கல்யாணம் பண்ணிக் கொண்டான். இந்த ஊர் ஜமீன்தார் அவனுக்குக் கல்யாணத்துக்கு என்ன என்னவோ

இனாம் கொடுத்தார். வெள்ளியாலேயே ஓர் இஸ்திரிப் பெட்டி கொடுத்தாரென்றால் பார்த்துக் கொள்ளேன்.

முருகாயி வந்தாள். நல்ல வளர்ச்சியை அடைந்த பெண். ராசாத்தி மாதிரிதான் இருந்தாள். இந்த வீட்டிலே நானும் எத்தனையோ பெண்களைப் பார்த்திருக்கிறேன். அவளைப் போல அழகாக யாரையும் நான் பார்த்ததில்லை. ஏகாம்பரத்துக்கும் அவளுக்கும் நல்ல பொருத்தம். ராஜா ராணி போல் இருந்தார்கள்.

ஜமீன்தாருக்குக் கல்யாணம் இன்னும் ஆகவில்லை. தள்ளிக்கொண்டே போயிற்று. சீதன விஷயத்தில் ஏதோ கசமுசல் ஏற்பட்டது. ஊரில் என்ன என்னவோ பேசிக் கொண்டார்கள். ஜமீன்தாருக்கும் அந்தப் பெண்ணுக்கும் மனசு ஒத்துப் போனதாகச் சொன்னார்கள். பாலாடைத் துரை அந்தப் பெண்ணைக் கல்யாணம் செய்து கொள்ள வேண்டுமென்று தீவிரமாக இருப்பதைக் கமலபுரம் ஜமீன்தார் உணர்ந்து கொண்டார். அவர் பெரிய செலவாளி முரட்டுத் தடியர்களை யெல்லாம் சோறுபோட்டு வளர்த்து மல்யுத்தம் பண்ணச் செய்து பார்ப்பதிலே அவருக்கு ஆசையாம். இந்தக் கல்யாணத்திலே பெருத்த லாபம் அடைந்து விடவேண்டும் என்று ஆசைப்பட்டார். அவருக்குக் கடன் இருந்தது. அந்தக் கடனை இவர் தீர்த்தால் தான் தம் பெண்ணைக் கொடுப்பதாக அவர் சொல்லிவிட்டாராம்.

ஏகாம்பரம் ஒருநாள் தன் பெண்டாட்டியிடம் பேசினது எனக்கு இன்னும் ஞாபகம் இருக்கிறது. "முருகாயி, ஜமீன்தார் துரையைக் காட்டிலும் நான் அதிருஷ்டசாலி. அவர் உங்கள் ஊர் ராசாத்தியைக் கல்யாணம் பண்ணப் போகிறாரென்று கேள்விப்பட்டு உன்னை நான் தேடி வந்தேன். அவருக்கு இன்னும் ராசாத்தி கிடைக்கவில்லை; அந்த ராசாத்தி வருகிறாளோ வேறு யார் வருகிறாளோ! எனக்கு என் ராசாத்தி முதலில் வந்துவிட்டாள்!" என்று சொல்லி அவள் கன்னத்தை நிமிண்டினான்.

"போங்க மாமா" என்று அவள் கண்ணைக் கோணிக் கொண்டபோது பார்க்கவேண்டுமே! இந்திரனானாலும் அப்போது பார்த்தானானால் அடிமையாகி விடுவான். ஏகாம்பரம் அவளிடம் எல்லாவற்றையும் பணயம் வைத்ததில் என்ன ஆச்சரியம்?

ஜமீன்தார் துரை ஏகாம்பரத்தினிடம் பிரியமாக இருந்ததோடு அடிக்கடி பணமும் கொடுத்து வந்தாரென்று சொன்னேன் அல்லவா? அதனால் அவன் கையில் தாராளமாகப் பணம் புரண்டது. கல்யாணம் ஆண் புதிசு அழகான பெண்டாட்டி, அவளுக்கு என்ன என்ன வேண்டுமோ அவற்றையெல்லாம் வாங்கிக் கொடுக்கும் வசதியும் இருக்கும்போது முருகாயிக்கு என்ன குறைச்சல்? ஏகாம்பரம் அவளுக்கு வேண்டிய அழகுப் பண்டங்களையெல்லாம் வாங்கிக் கொடுத்தான். ஒருநாள் பூ இல்லாமல் இருக்காது. அவள் கொண்டை போட்டுப் பூவைச் செருகிக்கொள்வதே தனி அழகு. புதிய புடைவைகளை வாங்கிக் கொடுத்தான்; புதிய புதிய நகைகளைப் பண்ணிப் போட்டான். இரண்டு பேரும் நகமும் சதையும் போல ஒற்றுமையாகவும் உல்லாசமாகவும் வாழ்ந்து வந்தார்கள்.

கல்யாணம் ஆகி ஒரு மாசம் இங்கே இருந்தார்கள். இரண்டு வாரம் ஏகாம்பரம் தன் மாமனார் வீட்டுக்குப் போய் விருந்துண்டு சுகமாக இருந்தான். இப்படிப்பட்ட மாப்பிள்ளை தங்களுக்குக் கிடைத்ததை எண்ணி முருகாயியின் வீட்டுக்காரர்கள் மகிழ்ந்து போனார்கள். அங்கே இரண்டு பேரும் சொர்க்க போகத்தை அநுபவித்தார்கள். உள்ளூர்க்காரர்களெல்லாம் முருகாயியையும் அவள் அலங்காரத்தையும் பார்த்துப் பார்த்துப் பிரமித்தார்கள். அட! இவளைப் பார்த்தால் வண்ணாத்தி மாதிரியா இருக்கிறாள்? யாரோ ஜமீன்தார் வீட்டுப் பெண்ணைப் போல அல்லவா இருக்கிறாள்?" என்று வியப்புற்றார்கள்.

'அழகைக் கடவுள் கொடுத்திருக்கிறார். அலங்காரத்தைக் கட்டிக் கொண்டவன் செய்திருக்கிறான்' என்றார் சிலர். ஆமாம்; என்ன இருந்தாலும் அந்த அந்த நிலைக்குத் தகுந்தபடி

இருக்கவேண்டாமா? புனுகு இனாமாகக் கிடைத்ததென்றால் கால் கையெல்லாம் பூசிக் கொள்வதா? கொஞ்சமும் அடக்கம் இல்லாமல் இப்படித் தலை கீழாக நிற்பது தகாது" என்று சில பொறாமைப் பிண்டங்கள் சொல்லிக் கொண்டார்கள்

"உனக்கு இந்த விஷயமெல்லாம் எப்படித் தெரியும்? என்று நீ கேட்கலாம் தம்பி. அவர்கள் இரண்டு பேரும் கூடிக் குலாவிப் பேசும்போது இத்தனை சங்கதிகளும் இந்த இடத்தில் அடிபட்டுப் போகுமே. அவர்கள் ரகசியமாகப் பேசிக்கொண்டாலும் எனக்குத் தெரியாமல் இருக்குமா? நான்தான் அவர்கள் ரகசியத்தைப் பிறர் அறியாதபடி குறுக்கே நின்றேன். நான் அறியாமல் எப்படி இருக்க முடியும்?"

ஏகாம்பரம் மாமனார் வீட்டில் தங்கியிருந்தபோது ஊர் முழுவதும் அவனைப் பற்றியும் அவன் மனைவியைப் பற்றியுமே பேச்சாக இருந்தது. எந்தப் பாவியோ கண் போட்டிருக்கவேண்டும். இல்லாவிட்டால் அடுத்த வருஷம் அவர்கள் நிலை இப்படி ஆகுமா?

"அண்ணே, என்ன இப்படி அடிக்கடி அங்கலாய்க்கிறாயே! கதையை மாத்திரம் சொல்லேன்.

"வயசாகி விட்டதோ இல்லையோ! அப்படித்தான் இருக்கும். ஆனாலும் கவனமாய்க் கேள் தம்பி."

3

ஏகாம்பரம் மாமனார் வீட்டுக்குப் போயிருந்தானே அப்போது ஒரு சங்கதி நடந்தது. கோழிப்பேட்டைக்கும் கமலபுரத்துக்கும் ஒரு நாழிகை வழிதானாமே? முருகாயியின் அம்மாவுக்கு அந்தக் கமலபுரத்து ஜமீன்தார் மகள் பழக்கம். அவர்களுக்குச் சலவை செய்கிறவள் அவள். அந்தப் பெண்ணைத்தான் பாலாடைத்துரைக்குக் கேட்டிருந்தார்கள். தன் மகளும் மருமகனும் வீட்டுக்கு வந்திருக்கிறபோது விருந்து வேடிக்கையெல்லாம் நடக்க வேண்டாமா? பொறுப்புடன் கவனிக்கவேண்டியது. அவள் கடமையல்லவா? விருந்து ஏற்பாடுகளில் ஈடுபட்டிருந்தபோது, ஒருநாள் அவள் கமலபுரம் ஜமீன்தார் வீட்டுக்குப் போகவில்லை. மறுநாள் போனபோது அந்த ஜமீன்தார் பெண் கேட்டாளாம், ஏன் வரவில்லையென்று. இவள் தன் மகளும் மருமகனும் வந்திருக்கிற விஷயத்தைச் சொன்னாள்.

"மாப்பிள்ளை எந்த ஊர்?" என்று கேட்டாள் ஜமீன்தார் பெண்.

"என்ன அம்மா புதிதாய்க் கேட்கிறீர்கள்! கல்யாணத்துக்குப் பாக்கு வெற்றிலையெல்லாம் வைத்தோம். அதற்குள் மறந்து போய்விட்டீர்களா? மாப்பிள்ளை குமாரபுரம் ஜமீன், ஜமீன் துரைக்கு வேண்டியவர்."

ஜமீன் துரைக்கு வேண்டியவர் என்று பெருமையாக இவள் சொல்லிக்கொண்டது ஜமீன்தார் மகளுக்குப் பிடிக்கவில்லை.

"ஜமீன்தாரும் உன் மருமகனும் கைகோத்துக் கொண்டு விளையாடுவார்களோ? வேண்டியவர் என்று ஜம்பமாய்ச் சொல்கிறாயே!" என்று கேட்டாள் ஜமீன்தார் மகள்.

"அப்படி இல்லை அம்மா? ஓர் ஆபத்து சம்பத்தென்றால், இவன் நமக்குச் சலவை செய்கிறவன்தானே என்று எண்ணாமல், பிரியத்தோடு துரை கவனிப்பாராம். அதனால்

தான் அப்படிச் சொன்னேன் அம்மா " என்று பணிவாகச் சொன்னாள் முருகாயியின் தாய்.

"அது சரி; உன் மகளைச் சரியாக வைத்துக் கொண்டிருக்கிறானா?"

"கண்ணிலே வைத்து இமையிலே மூடுகிறார்! எத்தனை புடைவை ! எத்தனை நகை!"

"அப்படியா! உன் மகளை இங்கே அழைத்துவாயேன். எப்படி இருக்கிறாளென்று பார்க்கிறேன்."

தான் போய் வாழ இருக்கும் ஊரைப்பற்றி விசாரிக்க வேண்டுமென்பது அவளுடைய ஆசை, "நாளைக்கு நீ வரும் போது, அழைத்துக்கொண்டு வா. அவன் சம்மதிப்பான் அல்லவா?" என்று சிரித்தபடியே கேட்டாள்.

"என்ன அம்மா, அப்படிக் கேட்கிறீர்கள் உங்கள் வீட்டுச் சோற்றைத் தின்று வளர்ந்த குழந்தை அவள். அவள் உங்களை வந்து பார்ப்பதற்கு யாருடைய உத்தரவு வேண்டும்?"

மறுநாள் முருகாயியை அழைத்துக்கொண்டு அவளுடைய தாய் ஜமீன்தார் வீட்டுக்குப் போனாள். அந்தப் பெண் - அவள் பேர் என்னவோ சொல்வார்களே ஆமாம், கமலம், கமலம் என்று சொல்வார்கள் -- அவள் முருகாயியைக் கண்டவுடன் ஆச்சரியப்பட்டுப் போனாள். அவளுடைய கொண்டையையும் ஆடையரணங்களையும் ஓய்யார நடையையும் பார்த்து, 'அடேயப்பா! இவள் மகா ராங்கிக்காரியாக இருப்பாள் போல் இருக்கிறதே' என்று எண்ணினாளாம். குமாரபுரத்துக்கு வந்து சில வாரங்களே ஆகியிருந்தாலும் அந்த ஊரைப் பற்றின சமாசாரம் எல்லாம் முருகாயி தெரிந்து கொண்டிருந்தாள். அத்தனையும் அவள் கமலம்மாவிடம் ஒப்பித்தாள்.

கமலம் எல்லாவற்றையும் பொறுமையோடு கேட்டுக் கொண்டிருந்தாள். இந்தக் குமாரபுரம் பெரிய ஊரென்றும்,

கடைத்தெரு, அரண்மணைத் தெரு, கோவில் தெரு என்று பல தெருக்களை உடையதென்றும் என்ன என்னவோ சொன்னாள் முருகாயி.கமலம்மாவுக்கு அந்தத் தெருக்களைப் பற்றி என்ன கவலை? "அதெல்லாம் சரி; ஜமீன்தாரைப் பற்றி ஏதாவது தெரியுமா? தெரிந்தால் சொல்" என்று நாணத்துடனே கேட்டாள்.முருகாயியாகச் சொல்லட்டும் என்று அவள் எதிர்பார்த்தாள். அவள் சொல்லவில்லை. ஆகவே, வாய் விட்டே கேட்டாள்.

ஒரு பெண்ணினுடைய மனசை மற்றொரு பெண் தெரிந்துகொள்ளமாட்டாளா? உடனே முருகாயி வருணிக்க ஆரம்பித்துவிட்டாள்.

"அதென்ன அப்படிக் கேட்கிறீர்களே! நாங்கள் அரண்மனை வேலைக்காரர்கள். லக்ஷம் கொடுத்தாலும் இன்னொருத்தருக்குச் சலவை செய்வதென்பது எங்களிடம் இல்லை. நாள் தவறினாலும் எங்கள் வீட்டுக்காரர் துரையைப் பார்க்கத் தவறமாட்டார். அவரை நேரிலே பார்க்க வேண்டும் என்ற அவசியம் இல்லை. ஆனாலும் துரைக்கு இவர் மேல் தனியான பிரியம். அதனால் இவரை நேரே பார்த்துப் பேசுவார். அந்தத் துரையைப் பற்றி இவர் மூலம் எவ்வளவோ கேட்டிருக்கிறேன். என் கல்யாணத்தின்போது அவர் எவ்வளவோ இனாம் கொடுத் தாராம்.

"எனக்கும் உனக்கும் மாமனார் வீடு ஒரே ஊரடா என்று இவரிடம் சொல்லிச் சந்தோஷப்பட்டாராம்."

"அவ்வளவு தூரம் உன் புருஷனுக்கும் அவருக்கும் நெருக்கமான பழக்கம் உண்டா?"

"நெருக்கம் என்ன அம்மா? மனுஷருக்கு மனுஷர் பிரியமாக இருக்கிறதென்பது ஒரு தனிச் சுபாவம். துரை அவர்கள் கலகலப்பாகப் பேசுகிறவராம். எங்கள் வீட்டுக்காரரும் குஷியாகப் பேசுகிறவர்."

"துரையின் சுபாவம் எப்படி?"

"தங்கமானவராம். ஆமாம்: சும்மா உங்களுக்காகச் சொல்லுகிறேனென்று எண்ணாதீர்கள். நிறம் தங்கம் போலத்தான் இருக்குமாம். அன்று ஒரு நாள், முழுவதும் சரிகை மயமாக இருந்த வேட்டி ஒன்றை இவர் விசிறி மடிப்பு மடித்து இஸ்திரி போட்டுக்கொண்டிருந்தார். தங்கம் மாதிரி பளபளக்கிறதே என்று சொன்னேன். 'இதுக்கு மேலே துரை உடம்பு தங்கம்' என்று இவர் சொன்னார்."

"நீ அவரைப் பார்த்ததில்லையா?"

"நான் எதற்குப் பார்க்கிறேன் அம்மா? இவர்தாம் ஒவ்வொரு நாளும் போகிறாரே. எனக்கு அங்கே என்ன வேலை? நீங்கள் வந்தால் எனக்கும் வேலை இருக்கும். இவர் ராஜாவைப் பார்க்கப் போனால், நான் ராணியைப் பார்க்கப் போவேன்."

"போடி, குறும்புக்காரி! அதற்குள்ளே நீ நிச்சயம் பண்ணிவிட்டாயே. அவருக்கு எத்தனையோ பேர் பெண் கொடுக்கக் காத்திருப்பார்கள். நான் தான் னென்று நிச்சயம் சொல்ல முடியுமா?"

"இந்தா பாருங்கள்: இனிமேல் ஒரு தரம் அப்படிச் சொல்லிவிடாதீர்கள். உங்கள் கழுத்திலே தாலிச் சரடு ஏறவில்லையே ஒழிய, மற்றப்படி நீங்கள் தாம் எங்கள் ஊர் ராணி. நான் அந்த ஊருக்குப் போவதற்குக் கூட நீங்களே காரணம்."

அதென்னடி,அது? பெரிய புதிர் போடுகிறாயோ "

"அதுவா? உங்களுக்கும் துரைக்கும் கல்யாணம் ஆகப் போகிறது என்ற சமாசாரம் ஊருக்கெல்லாம் தெரிகிறதற்கு முன்பே எங்கள் வீட்டுக்காரருக்குத் தெரிந்துவிட்டதாம். அது தெரிந்துதான் இவரும் இந்த ஊரிலே பெண் எடுக்கத் தீர்மானித்தாராம். எங்கள் கல்யாணம் முந்தியே ஆகிவிட்டது. நீங்கள் வரும்போது உங்களுக்கு ஊழியம் செய்ய அங்கே ஒருத்தி தயாராக இருக்க வேண்டாமா? எனக்கு அரண்மனைச் சேவகம் எப்போது கிடைக்குமென்று காத்துக்

கொண்டிருக்கிறேன். துரையவர்களும் காத்துக் கொண்டுதான் இருப்பார்.சரி, சரி; எப்போது முகூர்த்தம் வைத்திருக்கிறார்கள்?"

"நீ மகா துணிச்சல்காரியாய் இருக்கிறாயே! எனக்கு என்ன தெரியும் அதைப்பற்றி?"

"முகூர்த்தம் நடக்காமலா இருக்கப் போகிறது நீங்கள் குமாரபுரம் ராணியாக வந்துவிட்டால் இந்த ஏழையையும் ஒரு கண் பார்த்துக்கொள்ள வேணும். இவர் அடிக்கடி துரையைப் பார்த்து வந்தேன்; அப்படிச் சொன்னார்; இப்படிப் பாராட்டினார்? என்று சொல்லிக் கொள்கிறார். நானும், 'துரைசாணி இப்படிச் சொன்னார்கள்; எனக்கு இந்தச் சேலையைத் தந்தார்கள்' என்று அவருக்கு முன்னே சொல்லிக் காட்ட வேண்டும். இதுதான் என் ஆசை. நீங்கள் இங்கே இருக்கிறபோதும் எங்களுக்கு ராணி, அங்கேயும் எங்கள் ராணி அல்லவா? என் ஆசையை நீங்களும் அந்தக் கடவுளும் நிறைவேற்றி வைக்க வேணும்.

"இப்போதே உனக்கு வேண்டியதற்கு அடிப் போட்டு விட்டாயே; பலே கெட்டிக்காரியடி நீ" என்று கமலம்மா சொன்னாள். அவளுக்கும் இப்படியெல்லாம் பேசிக் கேட்கிறதற்குச் சந்தோஷந்தான்.

"கடைசியில் உங்கள் கமலம்மாவுக்குக் கல்யாணம் ஆயிற்றா, இல்லையா? சொல் அண்ணா!" என்றது கழுதை.

"என்ன தம்பி, அவ்வளவு அவசரப்படுகிறாய்? கதையென்று ஆரம்பித்து விட்டால், அதன் போக்கிலே போக வேண்டுமே ஒழிய, நம்முடைய போக்கிலே அதை இழுக்கலாமா? அப்புறம் சுவாரஸ்யம் போய்விடும் பார். கேள்; நன்றாகக் காது கொடுத்துக் கேள். கதை முழுவதையும் ஒன்றுவிடாமல் சொல்லத்தான் போகிறேன். நீயும் கேட்பதாகத் துணிந்துவிட்டாய். கேள், கேள். இனி மேல்தான் கதையின் முக்கியமான கட்டம் வரப் போகிறது."

'வெகு நாளாகச் சேகரித்து வைத்திருக்கிற சரக்குப் போல் இருக்கிறது! கேட்பதற்கு ஆளில்லை; என்ன செய்யும், பாவம்!'என்று கழுதை நினைத்துக்கொண்டது.

4

ஏகாம்பரம் மாமனார் வீட்டில் இரண்டு வாரம் இருந்து விருந்து சாப்பிட்டுவிட்டுப் பெண்டாட்டியையும் அழைத்துக்கொண்டு ஊருக்கு வந்து சேர்ந்தாள். அந்த இரண்டு வாரத்துக்குள் முருகாயி இரண்டு மூன்று முறை கமலம்மாவைச் சந்தித்துப் பேசினாள். அந்தப் பெண்ணுக்குச் சீக்கிரத்தில் கல்யாணத்தை முடித்துக் கொள்ள வேண்டுமென்று தோன்றிவிட்டது அதற்கு முன்னே அத்தனை தீவிரமாக இருக்கவில்லை. முருகாயி பேச்சுக்காரி. அவள் பேச்சினால் அதிக வேகம் உண்டாகிவிட்டது, கமலம்மாவுக்கு. ஜமீன்தாரைப் பற்றியும் குமாரபுரத்தைப் பற்றியும் முருகாயி எவ்வளவோ உயர்வாகச் சொல்லியிருக்கவேண்டும். கமலம்மா மெதுவாகத் தன் தகப்பனாரிடம் சொல்லி அவர் போட்ட நிபந்தனை களிலிருந்து இறங்கிவரச் செய்தாள்.

கமலபுரம் ஜமீன்தார் முரட்டு மனிதர். லேசிலே ஒரு காரியத்தில் இறங்கமாட்டார். இறங்கிவிட்டாரானால் லக்ஷம் போனாலும் லக்ஷம் வந்தாலும் விடமாட்டார். அவருக்குப் பணப் பசை அவ்வளவாகப் போதா விட்டாலும் ஆள்கட்டு அதிகம். ஆள் என்பதை அழுத்திச் சொல்லவேண்டும்; நல்ல முழு ஆட்கள்; தடியர்களென்று சொல்வது பொருத்தமாக இருக்கும். அந்த ஜமீன்தார் நினைத்தால் ஒரு கிராமம் முழுவதையும் கொள்ளையடிக்கச் செய்யலாம். யாராவது மிராசுதார் இடக்குப் பண்ணினால் ஒரு வார்த்தை அந்தக் கிங்கரர்களுக்குச் சொன்னால் போதும்; மறுநாள் மிராசுதாருடைய வயல் அத்தனையும் பாழாகிவிடும்.

அவருக்கு இருந்த கடன் தீருவதற்குக் கல்யாணம் ஒரு வழியாக இருக்கட்டும் என்று எண்ணினார். அதனால் தான் பண விஷயத்தில் கடுமையாக இருந்தார். ஆனால் கமலம்மாவின் நச்சுப் பொறுக்காமல் அவர் இறங்கி வந்தார்.

கமலம்மாவின் தாய் அவரிடம் எவ்வளவோ சொன்னாள்."நாம் பட்ட கடனுக்காக அவரிடம் விலை கூறுவது நன்றாக இருக்காது. கமலம் கண்ணைக் கசக்காமல் சந்தோஷமாக இருப்பாள் என்ற நம்பிக்கையிருந்தால் முன்பின் பாராமல் கல்யாணத்தை முடிப்பது தான் நியாயம். இந்தப் பைத்தியக்காரப் பெண்ணும் குமாரபுரம் துரையையே கட்டிக்கொள்ள வேண்டுமென்று சொல்லுகிறாள்" என்று அவள் கூறினாள். நடுவிலிருந்து மத்தியஸ்தம் செய்து ஸ்திரி தனத்தை இவருக்கும் இல்லாமல் அவருக்கும் இல்லாமல் நடுவாகத் திட்டம் செய்தார்கள். ஒருவிதமாகச் சமாதானம் ஏற்பட்டது: கல்யாணமும் நிச்சயமாயிற்று.

கல்யாணம் இந்த ஊரில்தான் நடந்தது. "அடேயப்பா? என்ன கூட்டம்! என்ன கூட்டம் ! வீதியெல்லாம் சாம்பார் ஆறு ஓடியதென்றால் பார்த்துக்கொள்ளேன், கூட்டமும் விருந்தும் எப்படி இருக்கவேண்டு மென்று. துரைக்குக் கல்யாணம் நடந்ததற்கு, இந்த வீட்டில் எத்தனை அமர்க்களப் பட்டது, தெரியுமா? அப்போது ஏகாம்பரத்தின் தாய் உயிருடன் இருந்தாள்.

கமலபுரத்து ஏகாலியர்கள் அத்தனை பேரும் இங்கே வந்துவிட்டார்கள், எல்லாருக்கும் இந்த வீட்டிலேதான் விருந்து. நானும் எத்தனையோ பேரைப் பார்த்திருக்கிறேன்; உங்கள் ஜமீனிலுள்ளவர்களைப் போல் ஏதற்கும் துணிந்தவர்களை நான் கண்டதே இல்லை அப்பா!

"அதென்ன அப்படிச் சொல்கிறாய் அண்ணா? வேண்டியவர்கள் வீட்டுக் கல்யாணம் என்றால் நாலுபேர் வரத்தான் வருவார்கள். அதனால் அவர்களைத் துணிச்சல் காரர் என்று சொல்லிவிடலாமா?" என்று கழுதை இடை மறித்துக் கேட்டது.

"உன் கேள்விக்கு இப்போது பதில் சொல்லமாட்டேன். உனக்கே பின்னாலே தெரியவரும். துணிச்சல்காரர்கள் என்று மாத்திரம் சொன்னால் போதாது: எந்தப் பாதகத்துக்கும்

அஞ்சாத கொடியவர்கள் என்று சொல்ல வேணும்" என்று ஆத்திரத்தோடு பேசியது குட்டிச்சுவர்.

சரி,சரி: கதையைச் சொல் அண்ணா; உனக்கு எதோ ஒரு காரணத்தால் கோபம் வருகிறது. அதை இப்போது மூட்டிவிட்டால் கதை இடையிலே நின்று போய்விடும் என்று பயமாக இருக்கிறது. நீதான், தானாகவே எல்லாம் தெரிந்துவிடும் என்று வேறு சொல்கிறாய். நான் சிறு பிள்ளைதானே? அவசரம் பொறுக்க முடியவில்லை. உன்னிடம் சாந்த குணத்தைக் கற்றுக் கொள்ளப் போகிறேன்" என்று கழுதை புன்னகை பூத்தபடியே சொல்லியது.

"தம்பி, நீ நன்றாகக் கிண்டல் பண்ணுகிறாய். எனக்குக் கோபம் வருவதாக முதலில் குற்றம் சாட்டிவிட்டு பிறகு என்னிடம் சாந்தத்தைக் கற்றுக்கொள்ளப்போகிற தாகச் சொல்கிறாயே! ஒன்றுக்கு ஒன்று ஒத்துக்கொள்ளாமல் பேசுவது என் சுபாவம். உனக்குக்கூட அப்படித் தானோ?"

"அப்படி இல்லை அண்ணா. நீ பாவம், பல காலம் வாழ்ந்தவன்; பல விஷயங்களில் அடிபட்டவன். உனக்குக் கோபம் வந்தால் அதற்குத் தக்க காரணம் இருக்கும். அதை நான் பொறுமையோடிருந்து கேட்கவேணுமேயொழிய, அவசரக் குடுக்கையாக இருக்கக் கூடாதல்லவா? அதைத்தான் சொல்ல வந்தேன்."

குட்டிச் சுவர் மறுபடியும் விட்ட கதையைத் தொடர்ந்து சொல்லத் தொடங்கியது.

கல்யாணம் வெகு விமரிசையாக நடந்தது. அஞ்சு நாட்கள் ஊரே திமிலோகப்பட்டது. எங்கெங்கே இருந்தோ மேளகாரர்கள் வந்திருந்தார்கள். பாட்டுக் கச்சேரிகள் வேறு. தினமும் வாண வேடிக்கை.

கல்யாணத்தில் துரையவர்கள் வேலைக்காரர்களுக்கெல்லாம் இனாம் கொடுத்தார். ஏகாம்பரத்துக்கும் முருகாயிக்கும் வேட்டியும் சேலையும் இனாம் கிடைத்தன. முருகாயி அந்தச்

சேலையைக் கட்டிக் கொண்டு பூரித்தாள். அவள் அழகைப் பார்த்து ஏகாம்பரம் சொக்கிப் போனான்.

கமலம்மா அரண்மனைக்கு வந்த பிற்பாடு ஜமீன்தாரின் ஆடைகளோடு அந்த அம்மாவுடைய துணிகளும் ஏகாம்பரத்தின் வீட்டுக்குச் சலவைக்கு வந்தன. அவளுடைய புடைவைகளையும் ரவிக்கைகளையும் முருகாயி பார்த்தாள். முருகாயி ஆடம்பர மோகம் உடையவளென்று முன்னாலே சொல்லியிருக்கிறேன். அவளுக்கு ஒரு பைத்தியக்கார ஆசை பிடித்துக்கொண்டது. ஜமீன்தாரிணியின் ஆடைகளைக் கண்டபோது அந்த மாதிரி சேலைகளையும் ரவிக்கைகளையும் தானும் அணிந்துகொள்ள வேண்டும் என்ற ஆவல் உண்டாயிற்று. அது நடக்கிற காரியமா?

ஜமீன்தாரிணியின் சேலை முதலியவை ஏகாம்பரத்தின் வீட்டிற்கு வருகின்றன அல்லவா? அந்தச் சமயத்தில் அவற்றைக் கட்டிப் பார்க்க வேண்டும் என்ற விருப்பம் அவளுக்கு ஏற்பட்டது. அரண்மனையிலிருந்து வரும் சேலையையும் ரவிக்கையையும் ஒரு தடவை, ஒரு ராத்திரி உடுத்துக் கொண்டிராவிட்டால் அவளுக்கு ஆசை தீராது.

அப்படி ஒரு கெட்ட பழக்கத்தைப் பண்ணிவிட்டாள். முதலில் ஏகாம்பரம் அப்படிச் செய்யவேண்டா மென்று சொன்னான்.ஆனாலும், அவள் அப்படி உடுத்துக்கொண்டு நிற்கிறதைப் பார்த்தால் வற்புறுத்திச் சொல்லவே தோன்றாது. நான்தான் ஒவ்வொரு நாளும் பார்த்திருக்கிறேனே! அப்பொழுதெல்லாம் என் அழகே வேறு. சுமங்கலியைப் போல இருந்தேன். இப்போது தான் மொட்டைச் சுவராகிவிட்டேன்.

ஹூம்! இனிமேல் அந்தக் காலம் எங்கே வரப் போகிறது?

முருகாயிக்குக் கமலம்மாவைப் போய்ப் பார்க்க வேண்டுமென்ற ஆசைதான். தன்னுடைய ஊரில் அவளைப் பார்க்கிறதற்கும் இங்கே அவளைப் பார்க்கிறதற்கும் வித்தியாசம் இல்லையா? அங்கே அவளுடைய அம்மா

போவாள்; அவளுடன் முருகாயி போகலாம். இங்கே கமலம்மா சொல்லியனுப்பாமல் எப்படிப் போவது? சொல்லி அனுப்பட்டும், போகலாம் என்று இருந்தாள்.

கமலம்மாவோடு அவள் எவ்வளவு சகஜமாகப் பேசி யிருக்கிறாள்! முருகாயி கமலம்மாவோடு பேசினதனால் தான் இந்தக் கல்யாணமே நடந்ததென்று சொல்லவேண்டும். அந்த விஷயமெல்லாம் கமலம்மா நினைக்காமலா இருப்பாள்? நிச்சயம் ஒருநாள் கமலம் தனக்குச் சொல்லி விடுவாள் என்று முருகாயி எதிர்பார்த்தாள்.

ஒரு நாள் ஏகாம்பரம், "நம் புது எசமானி அம்மாவைப் பார்த்துவிட்டு வருவோம் வா" என்று கூப்பிட்டான். அவள் சரியென்று சொல்லிப் புறப்படவில்லை.

"எனக்கு அங்கே என்ன வேலை? அந்த அம்மாவுக்கு என்னைத் தெரியாதா? அவர்கள் கூப்பிட்டால் போகலாம்" என்று கௌரவத்தை விடாமல் சொன்னாள்.

"நீ பேசுகிறதைப் பார்த்தால், நீதான் ஜமீன்தாரிணி போல அல்லவா தோன்றுகிறது? என்ன பிகு அப்பா!' என்றான் அவன்.

"என்னை ராசாத்தி என்று எத்தனையோ தடவை நீங்களே சொல்லியிருக்கிறீர்களே; இப்போது ஜமீன்தாரிணியாகக் குறைத்து விட்டீர்களே!" என்று அவள் சொல்லும் போது,"போடி குறும்புக்காரி!" என்று அவன் சொல்வதைவிட வேறு என்ன சொல்ல முடியும்?

அவள் எதிர்பார்த்தது வீண் போகவில்லை. ஜமீன் தாரிணி ஒருநாள் சொல்லியனுப்பினாள், ஏகாம்பரத்தின் மூலமாக.

"உன்னாலேதான் துரைக்கும் தனக்கும் கல்யாணம் நடந்ததாக அம்மா சொல்லுது. உன்னைப் பார்க்கவேணு மென்று ஆசைப்படுது" என்று பெருமிதத்தோடு கமலத்தின் அழைப்பை ஏகாம்பரம் முருகாயியிடம் தெரிவித்தான்.

"ஆமாம்; இந்தத் துரையைப்பற்றி அந்த அம்மா விசாரித்தது. நான் எனக்குத் தெரிந்ததைச் சொன்னேன். அதற்கு மேலே கல்யாண ஏற்பாடு வேகமாக நடந்திருக்க வேணும்" என்று விஷயத்தைத் தெளிவுபடுத்தினாள் முருகாயி.

"துரையைப் பற்றி உனக்கு என்ன தெரியும் ?"

"நீங்கள் சொன்னதெல்லாம் தெரியும். அதைத்தான் அந்த அம்மாளிடம் சொன்னேன்."

அரண்மனைக்குத் துணியைக் கொண்டு போய்க் கொடுக்கும் வியாஜமாக முருகாயி அன்று மாலை போனாள். கமலம்மாவைக் கண்டு பேசிக்கொண்டிருந்தாள்.

"எப்படியோ உங்கள் காரியத்தைச் சாதித்துக் கொண்டீர்கள். நான் சொன்ன ஜோஸ்யம் பலித்து விட்டது. இனி மேல் என் காரியத்தைச் சாதித்துக் கொள்வதுதான் பாக்கி" என்று பேச்சோடு பேச்சாக முருகாயி சொன்னாள்.

"அதென்னடி உன் காரியம்?" என்று கேட்டாள் கமலம்.

"சரிதான் உங்கள் காரியம் ஆகிவிட்டது; இனிமேல் மற்றவர்களைப்பற்றி ஏதற்குக் கவலை எங்கள் ஜமீன் துரை வீட்டுப் பெண் இந்த ஊருக்கு வந்தால் எனக்கு ஒரு சேலை தனியாக வரும் என்று வாய் தவறிச் சொல்வி விட்டேன் இவரிடம்."

"இவர் யார்? உங்கள் வீட்டுக்காரனா?"

"ஆமாம் அம்மா, நாம் ஏன் சொன்னோம் என்றாகி விட்டது எனக்கு. நாள் தவறாமல் அந்தச் சேலை எப்போது வரப்போகிறது என்று கேட்டுக்கொண்டே இருக்கிறார். சேலையைக் கட்டிக்கொள்ளப் போகிறவள் நான். இவருக்கு என்ன வந்தது அத்தனை அக்கறை? எனக்குக் கூட அவ்வளவு கவலை இல்லை; இவர் நச்சுத்தான் பொறுக்க முடியவில்லை!"

பேச்சிலே கெட்டிக்காரியடி நீ உனக்கு ஒரு புடைவை வேண்டுமென்று கேட்கிறாய். கொடுங்கள் என்று தாராளமாகக் கேளேன். ஏன் தலையைச் சுற்றி மூக்கைத் தொடுகிறாய்?

"அப்படித் திடீரென்று கேட்டுவிடலாமா, அம்மா? பிறந்தகத்தில் உங்களோடு பழகுகிறமாதிரி வேறு; இங்கே உங்கள் நிலை வேறு. நீங்கள் ஏதாவது செய்ய வேணுமென்று தோன்றினால் எசமானருடைய உத்தரவு கேட்க வேண்டியிருக்கலாம். அவருடைய மனசு அறிந்து நடக்க வேணுமென்று உங்களுக்கே தோன்றலாம். நான் ஒன்றையும் யோசிக்காமல் எனக்குப் புடைவை வேண்டு மென்று கேட்டுவிடலாமா?"

"சரி,சரி. இத்தனை பேச்சு எதற்கு? உனக்குப் புதுப் புடைவை வேணுமா? பழம் புடைவை வேணுமா?"

"உங்கள் புண்ணியத்திலே உங்கள் கல்யாணத்தில் எனக்கும் அவருக்கும் புதுத் துணி கிடைத்தது, மறுபடியும் புதுச் சீலை கேட்க நான் அவ்வளவு பேராசைக்காரி அல்ல. நீங்கள் உடுத்துக்கொண்ட சீலையாக இருந்தாலே போதும். உங்கள் புடைவை பழையதாக இருந்தாலும் எங்களுக்குப் புதிதாகத்தானே இருக்கும்? மாசக் கணக்காகவா நீங்கள் ஒரு புடைவையைக் கட்டிக் கொள்ளப் போகிறீர்கள்? ஏதோ இரண்டு வாரம் கட்டினால் உங்களுக்கு அது பழசுதான். கட்டிக் கிழித்துக் கந்தலாகும் படி நீங்கள் விடுவீர்களா ? புதுசு வாங்கிப் பேருக்கு என்னைக் கட்டிக் கொள்ளச் சொல்லிக் கொடுத்துவிடச் சொல்கிறாயா?"

"அப்படிச் சொல்வேனா? எனக்கென்று புதுசு வாங்கினால் நூல் சீலை வாங்குவீர்கள். போயும் போயும் உங்கள் தங்கக் கையால் முதல் முதலில் நூல் சீலைதானு வாங்கிக் கட்டிக் கொள்ளவேணும்?"

"அப்படியானால் நான் பட்டுப் புடைவை உனக்காக வாங்கித் தரமாட்டேனென்றா சொல்கிறாய் ?"

"இப்படியெல்லாம் கேள்வி கேட்டால் நான் எப்படி. உங்களோடு பேசுவேன்? எனக்காகப் பட்டுப் புடைவை எடுப்பது எப்படி? உங்களுக்காக எடுப்பது எப்படி? உங்கள் உடம்பிலே பட்டுப் புரண்ட புடைவையென்றாலே அதன் மகிமை வேறுதான். ஆனால் துரையவர்களிடமும் ஒரு வார்த்தை கேட்டுக் கொள்ளுங்கள். உங்கள் உடம்பு அவருக்குச் சொந்தம். ஆகவே நீங்கள் உடுத்தும் புடைவையை அவரிடம் கேட்காமல் கொடுத்தால் அவருக்குக் கோபம் வந்தாலும் வரலாம்!"

"அவர் ஒருவருக்கும் ஒன்றும் கொடுப்பவர் அல்லவா ?"

"சே, சே! அப்படிச் சொன்னால் வாய் வெந்துவிடும். கொடுக்கிறதைப் பற்றி யார் சொன்னார்கள்? உங்கள் உடம்பிலே பட்டதை நான் கேட்கிறேனே, அதற்குச் சொல்ல வந்தேன்."

கமலம் உள்ளுக்குள் சந்தோஷம் அடைந்தாள். முருகாயியின் பேச்சு அவளைக் கிளுகிளுக்க வைத்தது.

பேச்சுப் பின்னும் வளர்ந்துகொண்டே சென்றது. அதைக் கேட்சுக் கேட்கக் கமலம்மாவுக்குச் சந்தோஷம் பொங்கியது. முருகாயியின் சாதுரியமான பேச்சினாலும், அவள் அடிக்கடி ஜமீன்தாரைப் பற்றிச் சொல்லும் வார்த்தைகளாலும் அவள் மயங்கிப் போனாள்.

"உனக்கு மிகவும் நல்ல புடைவை ஒன்று தருகிறேன்" என்று கமலம் வாக்களித்தாள்.

"புதிசு வேண்டாம்; நீங்கள் கட்டிப் புரட்டியது இருந்தால் போதும்."

"தெரியும், தெரியும்; நான் கட்டிக் கொண்டதையே தருகிறேன்.

இவர்கள் இப்படிப் பேசிக்கொண்டிருந்த போது ஜமீன்தார் அகஸ்மாத்தாக அந்தப் பக்கம் வந்தார். தூரத்திலே நின்று

பார்த்தார். பேச்சில் சில பகுதிகள் காதில் விழுந்தன. அழகு திரண்டு உருண்ட உறுப்புக்களும், அரபிக் குதிரையைப் போல நிமிர்ந்து கம்பீரமாக நிற்கும் நிலையும், கணீரென்ற பேச்சும் அவர் கருத்தை இழுத்தன. அந்தப் பேச்சிலே இருந்த சாதுரியமும் அவருக்குப் புலப்பட்டது. சற்று நேரம் அப்படியே நின்று அவளைக் கவனித்தார்.

முதலில் அவள் யாரென்று தெரிந்து கொள்ளவில்லை. பிறகு பேச்சினிடையிலே இருந்த குறிப்பினால் ஏகாம்பரத்தின் மனைவி என்று தெரிந்து கொண்டார்.

சம்பாஷணை ஒருவாறு நிற்கும்போல அறிகுறி ஏற்பட்டது. முருகாயி கமலத்தினிடம் விடை பெற்றுக் கொண்டது தெரிந்தவுடன், அந்த இடத்தை விட்டுப் போய்விட்டார்.

5

அதற்குமேல் நடந்த கதையைச் சொல்ல எனக்கு வாய் வரமாட்டேன் என்கிறதே ! தெய்வத்தைப் பற்றிய விஷயம் ரகசியம், மனிதனாலே அறிய முடியாதது என்று சொல்லுகிறார்கள். அதற்கு மேற்பட்டது பெண்பிள்ளைகளின் ரகசியம். அவர்கள் உள்ளத்தை அளந்து காண அவர்களைப் படைத்த பிரம்மதேவனுக்குக்கூட முடியாது போல் இருக்கிறது.எதற்கு இப்படிச் சொல்கிறேனென்றால், மேலே நடந்த விஷயங்களை நினைத்தால், அதுவும் முருகாயி நடந்து கொண்டதை நினைத்தால், ஒவ்வொருவருக்கும் ஒவ்வொருவாறு தோன்றும். உண்மை ஒன்று இருக்கச் சந்தர்ப்ப பேதங்களால் அதை மறந்து வேறு வேறு விதமாகச் செய்திகள் பரவும். உலக இயற்கைதான். எனக்கு என்னவோ முருகாயியோடு நெருங்கிப் பழகும் வாய்ப்பு இருந்தது. அவளுடைய வெளி அலங்காரமும் ஆடம்பரமும் ஒயிலும் பேச்சும் அவளை ஒருவிதமாகத்தான் நினைக்கச் செய்யும். ஆனால் அந்தரங்கத்திலே அவள் அழுது கண்ணீர் விடுவதைக் கண்ணால் பார்த்தவன் நான். ஆகையால் யார் என்ன சொன்னாலும் எனக்கு அவளைப் பற்றி நல்ல அபிப் பிராயந்தான் இருக்கிறது.

இதென்ன, மறதி! உனக்குக் கதையைச்சொல்லாமல், அதைப்பற்றி அபிப்பிராயம் சொல்ல வந்துவிட்டேனே!

முருகாயி அரண்மனைக்குப் போய்வரத் தொடங்கினாள். கமலம்மாவுக்கு அவளைக் கண்டாலே உற்சாகம் ஏற்படும். அவளுடைய பேச்சுச் சாமர்த்தியத்திலே ஈடுபட்டு நின்றாள். ஆகவே, தினந்தோறும் முருகாயியை வரச் சொல்லுவாள்; அழுக்குத் துணி இருக்கிறதோ, இல்லையோ, பேசிக் கொண்டிருக்கலாமென்று அவளை வரும்படி சொல்லுவாள்.

முருகாயி அரண்மனைக்கு என்று போனாளோ, அன்று துரதிருஷ்டம் பிடித்தது என்றுதான் சொல்லவேண்டும்.

பின்னே வரப்போகும் ஆபத்துக்கு விதை அன்று விதைத்தாகிவிட்டது. பார்க்கிற பேர்களுக்கு அவளுக்கு அதிருஷ்டம் மேலும் மேலும் ஓங்கியதென்றுதான் தோன்றியது. அடிக்கடி அவளுக்கு அரண்மனையிலேயே சாப்பாடு கிடைக்கும். ஜமீன் தாரிணி அவளுக்குப் பழம் புடைவை என்ற பேரால், வாங்கி ஒரு வாரம் கட்டிக்கொண்ட உயர்ந்த வேலைப்பாடுள்ள புடைவையைக் கொடுத்தாள். அந்தப் பாவிமகள் அதைப் பெட்டியிலே வைத்துக் கொண்டு பண்டிகை, திருவிழாவுக்குக் கட்டிக் கொண்டாளா? கஷ்டப்படாமல் வந்தது; ஆகையால் அதன் பெருமை தெரியவில்லையோ, அல்லது அவளுடைய ஆடம்பரத்தின் வேகமோ, அதை உடனே கட்டிக்கொண்டாள். அரண்மனைக்குப் போகும் போதெல்லாம் தவறாமல் கட்டிக் கொண்டாள்.

ஜமீன்தார் வரவர அவள் மேல் நாட்டம் வைக்கத் தொடங்கினார். கமலம்மாவுக்குச் சிறு வயசிலிருந்தே தேக பலம் போதாது. மிகவும் நோஞ்சல்; ஏதோ வெளுப்புத் தோல் பொடி, மாவு, மண்ணாங்கட்டி இவைகளைப் பூசிக் கொண்டால் ஒரு பளபளப்பு : அவ்வளவுதான். மாசத்துக்கு ஒரு தடவை ஜலதோஷமென்றும், தலைவலியென்றும், ஜுரமென்றும் ஏதாவது வியாதி வந்து கொண்டே இருக்கும். சில சமயங்களில் ஒரு வாரம் இரண்டு வாரம் படுக்கையிலே இருப்பதும் உண்டு.

பாலாடைத்துரை தக்கவர்களைக் கொண்டு வைத்தியம் செய்து வந்தார். ஏதாவது உருப்படியான வியாதியாக இருந்தால் குறிப்பிட்டு வைத்தியம் செய்யலாம். அஸ்திவாரமே பலம் இல்லாமற் போனால் பிறகு என்ன செய்வது? ஏதோ நடமாடப் பேசச் சிரிக்க அவளுக்குச் சக்தி இருந்ததே பெரிது.

அந்தப் பைத்தியக்காரப் பெண் தினந்தோறும் முருகாயியை வரவழைத்துப் பேசுகிறது வழக்கமென்று முன்பே சொன்னேனல்லவா? அப்படி முருகாயி வந்து

பேசிக்கொண்டிருந்த சந்தர்ப்பங்களில் ஜமீன்தார் அவளைப் பார்த்தார். முதலில் அவள் அழகைப் புறம்பே இருந்து தான் ரசித்தார். ஆனால் பருவக் கோளாறு அதோடு நிறுத்தவில்லை. சந்தர்ப்பங்களும் சேர்ந்து கொண்டன. முருகாயியின் நடையுடை பாவனைகளை அவர் பார்த்தபோது அவருக்கு அவள் இணக்கமாக இருப்பாள் என்று தோற்றிற்றோ என்னவோ!

ஒருநாள் முருகாயி கமலம்மாவிடம் நெடுநேரம் பேசிக்கொண்டிருந்தாள். பிறகு விடைபெற்றுத் திரும்பினாள். இடையில் ஓரிடத்தில் ஜமீன்தார் அவளைச் சந்தித்தார். "என்ன முருகாயி, மிகவும் அவசரமோ ?" என்று கேட்டார்.

அவள் நாணத்துடன், "இல்லை, எசமான்" என்றாள். "நேற்று நான் ஒரு தப்புச் செய்ய இருந்தேன் என்று ஜமீன்தார் புன்னகையுடன் பேசினார். முருகாயிக்கு அவர் கூறுவது விளங்கவே இல்லை."

"என்ன யோசிக்கிறாய்? நீ இந்தப் புடவையைக் கட்டிக் கொண்டு வருவதை நான் கவனித்ததில்லை. நேற்று நீ அந்தப் பக்கம் திரும்பிக் கொண்டு நின்றாய். அசப்பில் இந்தப் புடைவையைக் கண்டு அம்மாவாக்குமென்று நினைத்து ஏமாந்தேன். நல்ல வேளை கூப்பிடவில்லை.

"அம்மா மாதிரி நான் இளைத்தா இருக்கிறேன்?" என்று இயற்கையாக அவளுக்குள்ள சுதந்தரத் துடுக்கிலே வார்த்தை வெளியாயிற்று. ஆனால் அவள் அடுத்த கணம் நாக்கைக் கடித்துக்கொண்டாள்.

ஜமீன்தார் புன்னகை பூத்தார். "வாஸ்தவந்தான். அம்மா மிகவும் நோஞ்சல்தான். உனக்கும் அவளுக்கும் ஈடுசொல்லலாமா? நீ தளதளவென்று வளர்ந்திருக்கிறாய் வெள்ளரிப் பிஞ்சுபோல்; உடனே ஓடித்துச் சாப்பிட வேண்டும் என்று நாக்கில் ஜலம் ஊறுகிறதே, அந்த வெள்ளரிப் பிஞ்சுபோல இருக்கிறாய்." அவர் வருணனை வெறுமனே வரவில்லை; அசட்டுச் சிரிப்போடு வந்தது.

முருகாயி சூட்சுமம் தெரிந்தவள். ஜமீன்தார் எல்லை கடக்கும் நிலைக்கு வந்துவிட்டார் என்பது அவளுக்கு நன்றாகத் தெரிந்தது. "நான் வருகிறேன், எசமான்" என்று சொல்லிவிட்டுத் திரும்பிப் பார்க்காமலே வீடு வந்து சேர்ந்தாள். அன்று அவள் என்னவெல்லாம் யோசித்தாளோ, என்ன தீர்மானத்துக்கு வந்தாளோ, அது தேவ ரகசியம்.

சொல்லி வைத்தாற்போல ஏகாம்பரத்துக்கு நாலு நாள் கடுமையான ஜூரம் வந்துவிட்டது. அவன் அரண்மனைக்குப் போக முடியவில்லை. முருகாயிதான் சலவைத் துணிகளைக் கொண்டு போய்க் கொடுத்து வந்தாள்.

ராத்திரியெல்லாம் அவள் ஏகாம்பரத்துக்கு அருகில் உட்கார்ந்திருப்பாள். அவள் கண்ணிலிருந்து ஓயாமல் நீர் சுரந்துகொண்டே இருக்கும். ஏகாம்பரம் அதைக் கவனிப்பான். தன்னுடைய உடல் நிலையைக் கண்டு அவள் வருந்துகிறாள் என்று அவன் நினைப்பான்.

"அடி பைத்தியம்! எதற்காக அழுகிறாய்? இரண்டு நாளில் ஜூரம் சௌக்கியமாகிவிடும். இதற்காகக் குழந்தையைப் போல அழுகிறாயே!" என்று அவன் சொல்வான்.

"என் துரையே! என் ராசா! நான் என்ன செய்வேன்? இந்த ஜூரம் எனக்கு வரக்கூடாதா?" என்று அவள் புலம்புவாள்; அழுவாள்; விம்முவாள். அவன்

கண் அயர்ந்து தூங்கினாலும் அவள் தூங்காமல் துயரக் கடலில் ஆழ்ந்திருப்பாள்.

ஏகாம்பரத்தின் வியாதிக்காக அவள் அழுபவளாகத் தோன்றவில்லை அவ்வளவு சுலபமாக அவளை அசைத்து விட முடியாது. அவள் தன் இயல்பான நிலையில் இருந்தாளானால் சிரித்துச் சிரித்துப் பேசியே அந்த ஜுரத்தைப் போக்கியிருப்பாள். அவனுக்கு அதைரியம் வந்தாலும் தைரியமூட்டிப் பொழுது போவதே தெரியாமல் செய்திருப்பாள்.

ஆனால் அப்பொழுது அவள் அழுத அழுகை அவனுக்காக அல்ல; தனக்காகத்தான் இருக்கவேண்டும். ஜமீன் தாரின் பார்வையிலும் பேச்சிலும் விஷம் இருப்பதை உணர்ந்துகொண்டு அதிலிருந்து எப்படித் தப்புவது என்ற விசாரந்தான் அவளை உலுக்கியிருக்கவேண்டும்.

ஜமீன் தார் தாம் இவளை நாடுவானேன்? அவர் விரும்பினால் ஆயிரம் தாசிகள் காத்திருப்பார்களே! எல்லாம் விதி தம்பி, விதி! கமலபுரத்துப் பெண்தான் கட்டுமஸ்தாக இருக்கப்படாதா? அல்லது இந்த முருகாயிக்கும் அவளுக்கும் பழக்கம் இல்லாமல் இருக்கக்கூடாதா?

ஏகாம்பரம் ஜுரமாக இருந்தபோது முருகாயி அரண்மனைக்குப் போனாள். ஜமீன்தார் தம் துணியைப் பற்றி என்னவோ சொல்லவேண்டுமென்று சொல்லி அனுப்பினார்.

ஜமீன்தார் தன்னைத் தனியாகச் சந்திப்பதில் ஆவவாக இருக்கிறாரென்பதை முருகாயி ஊகித்துக்கொண்டாள். இவ்வளவு காலம் இன்பமாக வளர்ந்து வந்த அவள் வாழ்விலே புயல் அடிக்க ஆரம்பித்துவிட்டதென்பதை அவள் உணர்ந்து கொண்டாள். ஆனால் சாமர்த்தியமாகத் தப்பி விடலாம் என்று அவளுக்கு ஒரு நம்பிக்கை ஏற்பட்டிருக்க வேண்டும். சாதாரணப் பெண் இனத்துக்கு இல்லாத துணிச்சல் அவளிடம் இருந்தது. 'என்ன இருந்தாலும் நாம் பெண்தானே?' என்பதை அடியோடு மறந்துவிட் டாள். ஆடம்பர மோகமும், அந்தத் துணிச்சலுந்தான் அவளுடைய வாழ்விலே நெருப்பைக் கொண்டு வந்து விட்டன

நீதான் சொல்லேன் தம்பி; அவரவர்கள் நிலைமைக்கு ஏற்றபடி இருப்பதை வீட்டு அலங்காரம், அழகு, சிங்காரம் என்று மேலே பறந்தால் பெண்மைக்கு நிலை என்று ஒன்று இருக்குமா? பழைய புருஷனும் புதிய ஆடம்பரமுமாக இருந்தால் ஏதாவது ஒன்றை விடத்தானே வேண்டும்? வண்ணாரக் கணவனையும் ஜமீன்தாரிணியின் அலங்காரத்தையும் ஜோடி சேர்க்க முடியுமா?

அவள் அலங்காரம் செய்து கொள்ளாமல் பரட்டைத் தலையுடன், சாமான்ய வேலைக்காரியாக அரண்மனைக்குப் போயிருந்தால் ஜமீன்தார் கண் அவளை நாடியிருக்குமா? ஆனால், தம்பி, அப்படிச் சொல்வதற்கும் இல்லை. அந்தப் பெண்ணின் ஒவ்வோர் அங்கத்திலும் கடவுள் வளப்பத்தையும் வனப்பையும் வாரி இறைத்திருந்தார். அந்த அழகுதான் அவளுக்குக் கேடாக இருந்தது என்று சொல்லலாம். அதற்காக அவலட்சணமாக இருக்க வேண்டுமா? எனக்கு எது காரணம் என்று சொல்லத் தெரியவில்லை. அவள் இத்தனை அலங்காரம் இல்லாமல் இருந்திருந்தால் இத்தகைய விபத்துக்கு இடமே இல்லாமல் இருந்திருக்கும் என்ற ஓர் எண்ணம் மாத்திரம் எனக்குத் தோன்றிக்கொண்டே இருந்தது.

நாலு நாள் ஏகாம்பரம் ஜுரமாகக் கிடந்தான். அந்த நாலு நாளும் அவள் என்ன என்னவோ கண்டங்களுக்கெல்லாம் தப்பியிருக்கவேண்டும். அதனாலே அவளுக்குத் தைரியம் குறைந்ததென்று நான் நினைத்தேன். படுபாவி! அவளைக் கடவுள் சாமானிய அச்சில் வார்க்கவில்லை. புலியையும் சிங்கத்தையும் வார்த்த அச்சிலே தான் வார்த்திருக்கவேண்டும். அபாயத்துக்குத் தப்பின புலி, மறுபடி அபாயத்திலே சிக்காமல் பதுங்கவேண்டியது தானே நியாயம்? அப்படித் தப்பினதே அதன் வெறியை அதிகப்படுத்திப் பின்னும் பெரிய அபாயங்களிலே போய்ப் படும்படி செய்தால் அதை என்னவென்று சொல்வது?

ஒரு நாள் அவள் சொன்னாள்; ஏகாம்பரம் ஜுரத்திலிருந்து எழுந்தவுடன் ஒருராத்திரி அவள் அவனோடு பேசிக் கொண்டிருந்தபோது, "மாமா, எனக்கு எங்கள் ஊரிலே போய் இருக்கவேண்டுமென்று ஆசையாக இருக்கிறது. நாம் இருவரும் அந்த ஊருக்கே போய்விடலாமே" என்றாள்.

"இதென்ன யோசனை! இங்கே இருக்கிற சௌகரியம் வருமா? உங்கள் ஊரில் எனக்கு என்ன கூலி கிடைக்கும்? அது உனக்கு மல்லிகைப் பூவுக்குக் கூடப்போதாதே!" என்று ஏகாம்பரம் பதில் சொன்னான்.

"ஏன்? அங்கேயும் ஜமீன்தார் இருக்கிறார். அவர் வீட்டு வேலை இல்லையா?" என்று கேட்டாள் முருகாயி.

போயும் போயும் அந்த முரட்டு ஜமீன் தாரிடந்தானா வேலை செய்யவேண்டும்? நம்முடைய துரையைப் போல இந்த உலகத்தில் ஒருத்தரைப் பார்க்க முடியுமா?" என்றான் அவன்.

"ஆமாம் - அவள் பேச்சு ஓடவில்லை. "உங்கள் துரையைப் பற்றி நீங்கள் இன்னும் தெரிந்துகொள்ளவில்லை" என்று வேறு ஒருத்தியாக இருந்தால் சொல்லியிருப்பாள். அவள் முருகாயி ஆயிற்றே; மேலே பேசாமல் இருந்துவிட்டாள். மகா கல் நெஞ்சுக்காரியாக இருக்கவேண்டும் அவள். அந்த நிலையில் அவளுக்கு இருந்த தைரியத்தை நான் யாரிடமும் பார்த்ததேயில்லை. தன்னுடைய மானத்தைப் பிறர் அறியாமலே, பிறர் உதவி இல்லாமலே, தானே காத்துக் கொள்ளலாம் என்ற உறுதி அவளிடம் இருந்தது. இல்லாவிட்டால் அத்தனை உயிருக்கு உயிராகப் பழகிய புருஷனிடம் உண்மையைச் சொல்லியிருக்கமாட்டாளா? சொல்லியிருந்தால் ஒருவேளை அவன், 'இனி இந்த ஊரிலேயே இருக்கவேண்டாம்? என்று அப்போதே ஏற்பாடு செய்திருக்கலாமோ என்னவோ?'

6

கண்ணாலே காணாமல் எதையும் சொல்லக் கூடாது. ஆனால் இந்த உலகம் அதைக் கவனிக்கிறதா, என்ன? முருகாயியைப் பற்றியும் ஜமீன்தாரைப் பற்றியும் மெல்ல மெல்ல வதந்திகள் புறப்பட்டு உலாவத் தொடங்கின. கமலம்மா முதலில் அதை நம்பவில்லை. பிறகு அவளுக்குச் சந்தேகம் உண்டாயிற்று. முருகாயியைத் தன் வீட்டுக்கு வராதே என்று சொன்னால் வதந்தி பலப்பட்டுவிடும் என்று பயந்தாள் தந்திரமாக அவளை நடத்தவேண்டுமென்று எண்ணினாள். கூடியவரையில் ஜமீன்தார் கண்ணில் அவள் படாதபடி வேலைகளைக் கொடுத்தும் பேசியும் வந்தாள். இது முருகாயிக்கும் நல்லதாக இருந்தது.

ஆனால் துரையோ அதற்கு மேலே தந்திரம் செய்தார். கமலம்மா தனக்கு உடம்பு சரியாக இல்லாத போதெல்லாம் அவள் முருகாயியைப் பக்கத்திலே இருக்கச்சொல்லி வந்தாள். அப்போது ஜமீன்தார் தம் மனைவியைப் பார்ப்பதற்காக வருவார். அவள் உடம்பைப் பற்றி அக்கறையோடு முருகாயியை விசாரிப்பார். கமலம்மாவே விடை சொல்வாள். அவர் அதோடு விடமாட்டார். ஏதாவது தந்திரம் செய்து முருகாயியைச் சந்திப்பார்: இரண்டு பேச்சாவது பேசுவார்.

பேசுவார் என்பதை நான் நிதானித்துத்தான் சொல்கிறேன். அவள் அவருடைய வலையில் அகப்பட்டுக் கொள்ளவில்லை என்றுதான் நம்புகிறேன். ஆனால், அவர் ரகசியமாகக் கொடுத்த பணத்தை அவள் ஏன் வாங்கிக் கொண்டாள் என்று விளங்கவில்லை. அவருக்குப் போக்குக் காட்டித் தப்பிக்கொள்ளலாம் என்ற துணிவாகத்தான் இருக்கவேண்டும்.

கமலம்மா ஒரு தடவை படுக்கையாக இருந்தாளாம். அப்போது சேர்ந்தாற்போல் இரண்டு நாட்கள் முருகாயி ராத்திரி காலங்களில் அவளுக்கு. அருகிலே இருக்க நேர்ந்தது.

ஒரு கணம் கூடத் தன் பக்கத்திலிருந்து அகன்று போகாமல் கமலம்மா பார்த்துக் கொண்டாள். முருகாயிக்கும் அப்படி இருக்க வேண்டும் என்பதுதானே ஆசை.

மூன்றாவது நாள் ஜமீன்தார் அவளை வீட்டுக்குப் போகும்போது சந்தித்திருக்கிறார். "நீ இரண்டு நாள் கண் விழித்துக் கஷ்டப்பட்டிருக்கிறாய். பாவம்! உனக்கு என்ன தந்தாலும் போதாது. இந்தா, இதைச் செலவுக்கு வைத்துக் கொள்" என்று ஒரு பத்து ரூபாயை நீட்டினாராம். அவரிடம் பேச்சை வளர்ப்பதற்கு அவள் பிரியப்படவில்லை. வேண்டாம் என்று மறுத்தாலோ, அவர் விட மாட்டார். இன்னும் எதையாவது பேசுவார். ஆகவே அதை வாங்கிக்கொண்டு வந்துவிட்டாள்.

விட்டுக்கு வந்த பிறகு அந்த நோட்டைக் கையிலே வைத்துப் பார்த்துக் கொண்டே இருந்தாள்.கசக்கி எறிந்தாள் மறுபடியும் அதை எடுத்துப் பிரித்துச் சரி செய்தாள். கண்ணிலே நீர் துளித்தது. அவள் மனசில் ஏதோ பெரிய போராட்டம் நடக்கிறது என்பது மாத்திரம் எனக்கு நன்றாகத் தெரிந்தது.

"அம்மாவுக்குப் பக்கத்தில் இருந்து. கவனித்துக் கொண்டதற்காக எசமான் பத்து ரூபாய் கொடுத்தார்" என்று அந்தப் பணத்தை ஏகாம்பரத்தினிடம் கொடுத்து விட்டாள். அப்போதுதான் அவளுக்குச் சிறிது ஆறுதல் கிடைத்தது.

"இதற்கா பத்து ரூபாய்!" என்று ஏகாம்பரம் முதலில் ஆச்சரியப்பட்டாலும். "இத்தனை தாராளப் பிரபுவை விட்டு வீட்டு உங்கள் ஊருக்குப் போய்விடலாம் என்று சொன்னாயே!" என்று முருகாயியிடம் சொன்னான். அவள் என்ன பதில் சொல்வாள், பாவம் !

முருகாயி தன் சங்கடத்தை வெளிக்காட்டிக்கொள்ளவில்லை. கமலம்மா வெளியிலே சொல்லமாட்டாமல் தவித்தாள். ஒரு வழியும் அவளுக்குத் தோன்றவில்லை.

ஊரில் உலவிய வதந்தி காற்று வாக்கில் ஏகரம்பரத்தின் காதிலும் விழுந்தது. அவன் முருகாயியைத் துளிக் கூடச் சந்தேகிக்கவில்லை. பலபேர் குறிப்பாக அவன் மனசைக் குத்தும்படி பேசினார்கள்.அடிமேல் அடியடித்தால் அம்மியும் நகரும் அல்லவா? கள்ளங் கபடு தெரியாத அவன் ஒருநாள் ஆத்திரங் தாங்காமல் முருகாயியையே கேட்டுவிட்டான். அப்போதுதான் அவளிடத்திலும் பெண்மை இருந்ததென்பதை உணர்ந்துகொண்டேன்.

அவள் துடிதுடித்துப் போய்விட்டாள். மூர்ச்சை போட்டு விழவில்லை; அதுதான் குறை. "நீங்கள் கூடவா என்னைச் சந்தேகிக்கிறீர்கள்? உங்கள் நல்லெண்ணத்தையும் அன்பையும் வைத்துக்கொண்டுதானே நான் உயிரோடிருக்கிறேன்? என் உடம்பில் உயிர் இருக்கும் வரையில் உங்களுக்குத் துரோகம் செய்யமாட்டேன்" என்று அழுது புலம்பினாள். அவன் ஆறுதல் அடைந்தான்.

முருகாயி அரண்மனைக்குப் போக விரும்பவில்லை. ஆனால் கமலமோ அவளை விடவில்லை. எப்போதும் தன் கண்ணுக்கு முன்னாலே அவளைக் காவல் வைக்க விரும்பினாள். முருகாயி எத்தனைதான் அவள் இஷ்டப்படியே இருந்தாலும் அவளுக்கு இவளிடம் நம்பிக்கை விழவில்லை. அவளுடைய சந்தேகம் பலப்பட்டுக்கொண்டே வந்தது. அரண்மனைக்கு வராமலே இருந்துவிடும்படி சொல்லலாம். ஆனால் கண் மறைவில் என்ன என்ன நடக்குமோ? இப்படி அவள் உள்ளம் எண்ணித் தடுமாறியது.

ஊரார் மறைவிலும் குறிப்பாகவும் ஏகாம்பரத்தை ஏசி வந்தார்கள். தன் மனைவியைச் சந்தேகிக்கவும் அவன் மனம் இடங் கொடுக்கவில்லை. ஊராரைக் கண்டிக்கவும் தைரியம் இல்லை, கோழையிலும் கோழை படு கோழை அவன்.

கமலமும் அப்படிப்பட்டவள்தான்; உறுதியில்லாத மனசும் உடம்பும் உடையவள், திட்டமாக இதற்கு என்ன

செய்யவேண்டும் என்று தீர்மானிக்க அவனால் முடியவே முடியாது. ஒருநாள் கமலம் ஏகாம்பரத்தைத் தனியே அழைத்து, "ஊராரெல்லாம் என்ன என்னவோ பேசிக் கொள்கிறார்களாம். உன் பெண்டாட்டியை அடக்கி வை. இப்படியெல்லாம் ஊர் சிரிக்கும்படி விடாதே" என்று சொல்லி அவனைப் பயமுறுத்தினாள். 'உங்கள் சொந்தப் புருஷரையே நீங்கள் நம்பவில்லையா?" என்று அவன் கேட்டிருக்கலாம். முருகாயியைப் போன்ற தைரியம் அவனுக்கு இருந்திருந்தால் அப்படித்தான் கேட்டிருப்பான். அவன்தான் அப்படிப்பட்டவன் அல்லவே! வார்த்தை பேசாமல் முகத்தைத் தொங்கவிட்டுக்கொண்டு வந்து சேர்ந்தான்.

முன்னமே புண்பட்டுப் போன அவன் உள்ளத்தில் கமலம்மா சொன்ன வார்த்தைகள் என்ன வேதனையை உண்டாக்கினவோ தெரியவில்லை; அதற்கு ஏற்றபடி கமலத்தின் பிறந்தகத்திலிருந்து வந்த இரண்டு தடியர்கள் ஊரில் இருந்த வதந்தியைக் கேட்டார்கள்; கமலமும் அவர்களிடம் சொல்லி இருக்கலாம். அவர்களும் என்றைக்குக் கமலம் அவனிடம் எச்சரிக்கை செய்தாளோ, அன்றே அவனைக் கடுமையாக மிரட்டினார்கள்." பயலே! நீ ஜாக்கிரதையாகப் பிழைக்காவிட்டால் உன் உடம்பு எலும்பை யெல்லாம் நொறுக்கி, உன் பெண்டாட்டியை நார் நாராகக் கிழித்துவிடுவோம்" என்று பயமுறுத்தினார்கள்.

எல்லாம் சேர்ந்துகொள்ளவே அந்தக் கோழை இனி வாழ்வதிலே பிரயோசனம் இல்லை என்று தீர்மானித்து விட்டான். முருகாயியின் அழகையும் இன்பத்தையும் என்ன என்ன அன்பையும் மறந்தான்.

விபரீதங்கள் நேர்ந்துவிடுமோ என்ற பயம் அவன் உள்ளத்தை ஆக்கிரமித்துக் கொண்டது. ஆண்மையில்லாதவன் வாழ்க்கை சுகமாக இருக்கிற வரையில் அநுபவிப்பான். ஏதாவது இடையூறு வந்தால் அவன் மனசு கலங்கிவிடும். அப்புறம் அவனுக்கும் அமைதி இராது. அவனால் பிறருக்கும் அமைதி

இராது. ஏகாம்பரம் ஒருவருக்கும் சொல்லாமல் அன்று ராத்திரியே, அதோ இருக்கிறதே அந்த மடுவிலே விழுந்து பிராணனை விட்டான். 'வண்ணான் மடு' என்ற பெயரையும் அவன் உயிரையும் அது வாங்கிக்கொண்டது.

"அடாடா! அப்படியா ஆயிற்று! அப்புறம் முருகாயியை ஜமீன்தார் கைப்பற்றிக் கொண்டாரா?" என்று வேகத்தோடு கேட்டது கழுதை.

இல்லை இல்லை. அதிலிருந்துதான் அவளைக் கெட்ட வளென்று நம்ப என் மனசு இடம் கொடுக்கவில்லை. ஏகாம்பரம் உயிர் விட்டானே, அதே இரவில் கண்ணராவியான காரியம் ஒன்று நடந்தது. கமலபுரத்திலிருந்து வந்த தடியர்கள் இந்த வீட்டுக்கு நடுராத்திரியில் நெருப்பு வைத்துவிட்டார்கள்; போதாக் குறைக்குச் சுவர்களையும் வேறு சில ஆட்களை வைத்துக் கொண்டு இடித்துவிட்டார்கள்.

முருகாயி இந்த அலங்கோலத்தில் பெற்றேன், பிழைத்தேனென்று ராத்திரியே கோழிப் பேட்டை போய்ச் சேர்ந்தாள். அந்தத் தடியர்கள் பயமுறுத்தி ஓட்டி விட்டார்கள். தன் புருஷன் மனமுடைந்து வீட் டுக்கு வராமல் எங்கோ இருந்தானென்று அவள் முதலில் எண்ணினாள். அவன் இரண்டு நாளில் வருவான் என்று எண்ணியிருந்த அவளுக்கு அவன் செத்துப்போன செய்தி தான் கிடைத்தது. பாவம்! அப்போது அவள் கர்ப்பமாக இருந்தாள். தன் தகப்பனார் வீடு போய்ச் சேர்ந்த அவள் என்ன ஆனாள் என்று சொல்வார் யாரும் இல்லை.

அந்த இரவில் எனக்கு இந்த உருவம் கிடைத்தது. பிறகு இந்தப் பக்கம் இருந்த குடிசைகளெல்லாம் கூட மறைந்தன. ஏகாம்பரம் பேயாய்த் திரிகிறானென்ற பயத்தால் இந்தப் பாகங்களிலே யாரும் குடியிருக்கவில்லை. அன்றுவீட்டுச் சுவராக இருந்து குட்டிச் சுவரான நான், தன்னந் தனியாகத் துணை யாரும் இன்றி நிற்கிறேன்.

"கமலமும் ஜமீன்தாரும் என்ன ஆனார்கள்" என்ற கேட்டது கழுதை.

"அவர்களா? அவர்கள் மட்டும் வாழ்வார்களா? அழகான குடும்பத்தைக் கலைத்து, உயிர் ஒன்று உடம்பு இரண்டாகப் பழகிய கணவன் மனைவியின் வாழ்க்கையைக் குலைத்த பாவிகள்! வர வர வியாதி பிடுங்கித் தின்றதனால் கமலம் இரண்டு மூன்று வருஷங்களிலே காலமாகிவிட்டாள். அவளுக்கு ஒரே ஓர் ஆண் குழந்தை பிறந்தது. ஜமீன்தாரும் அதிக நாள் வாழவில்லை. ஏதோ ஒரு நாள் திடீரென்று மாரடைத்து மாண்டு போனார். ஏகாம்பரந்தான் பேயாக இருந்து இருவரையும் அடித்து விட்டான் என்று பைத்தியக்கார ஜனங்கள் பேசிக் கொண்டார்கள். பேயாவது, பிசாசாவது! அப்படி அவன் ஆகியிருந்தால் அருகில் இருக்கும் என்னோடு ஒரு வார்த்தை பேசமாட்டானா? எவ்வளவு நாள் அவனோடும் அவன் நிழலோடும் நான் பழகியிருக்கிறேன்!"

"இப்போது இருக்கிற ஜமீன்தார் அந்த ஜமீன் தாருக்குப் பேரனென்று சொன்னாயே; அது எப்படி?"

"பாலாடைத் துரையின் பிள்ளையின் பிள்ளை இவர்."

"இவர் எப்படிப்பட்டவர்?"

"எனக்கு எப்படித் தெரியும்? இந்தப் பக்கத்தில்தான் மனித வாசனை வீசுவதில்லையே! அப்படி யாராவது சமாசாரம் சொல்வதாக இருந்தால் முருகாயி என்ன ஆனாளென்று கேட்பேனே! கேட்டால்தான் யார் சொல்லப் போகிறார்கள்? இப்போது நடக்கிறது மூன்றாவது தலைமுறை. முதல் தலைமுறைக் கதை அது; முடிவாகாத கதை. அதன் முடிவைத் தெரிந்து கொள்ள அந்தக் காலத்தில் எவ்வளவு ஆசைப்பட்டேன் தெரியுமா? யாராவது ஒரு வார்த்தையாவது முருகாயியைப் பற்றிச் சொல்ல மாட்டாரா என்று நான் ஏங்கிப் போனேன். பாவம்! அவள் என்ன ஆனாளோ; குழந்தை பிறந்ததோ இல்லையோ! அவள் பிறகு ஜீவித்திருந்தாளோ, உயிரை மாய்த்துக் கொண் டாளோ! ஒன்றும் தெரியாமல்

வாடினேன். வருஷத்துக்குப் பின் வருஷமாகக் காலம் கடந்துவிட்டது. நான் மாத்திரம் பழைய சங்கதிகளை நினைத்துக்கொண்டு கண்ணீர் விட்டபடி நிற்கிறேன். இந்தப் பழங் கதையைக் கேட்பவர் யார்? ஏதோ நீ கேட்டாய்; நான் சொன்னேன். இனிமேல் உன் கதையைச் சொல் தம்பி!" என்று பெரு மூச்சு விட்டது குட்டிச் சுவர்.

7

"தலையிருக்க வால் ஆடுமா என்ற பழ மொழியைக் கேட்டிருக்கிறாயா அண்ணா?" என்று கேட்டது கழுதை.

"பழமொழி கிடக்கட்டும்; தம்பி. உன் கதையைச் சொல், கேட்கிறேன் என்றது சுவர்.

"அந்தப் பழமொழியிலேதான் என் கதை ஆரம்பமாகிறது. நீ இதுவரையில் தலையைச் சொன்னாய். நீ எங்கள் பாட்டனார் காலத்தைச் சேர்ந்தவன். நானோ நேற்றுப்பிள்ளை. ஆனாலும் எனக்கும் பாட்டனாருக்கும் தொடர்பு இல்லாமல் போய் விட்டதா? உன் கதைக்கும் என் கதைக்கும் தொடர்பு உண்டு.

"என்ன? என்ன தம்பி புதிர் போடுகிறாய்?"

"இல்லை அண்ணா; உள்ளதைத் தான். சொல்ல வருகிறேன். நீ சொன்ன கதையைக் கேட்டு என்னைப்போல வேறு யாரும் ரசிக்க முடியாது. ஏனென்றால் நீசொன்ன இந்த முடியாத கதையின் முடிவு எனக்குத் தெரியும். நீ தலையைச் சொன்னாய். எனக்கு வால் தெரியும், உன் கதையைக் கேட்ட பிறகுதான் என் கதைக்குச் சுவாரசியம் ஏற்பட்டது. பல விஷயங்கள் தெளிவாயின.

"என்ன தம்பி சுற்றிச் சுற்றி வருகிறாயே? உனக்கு நான் சொன்ன கதையின் முடிவு தெரியுமென்று சொல்கிறாயே! நீ இளம்பிள்ளை! பழைய சமாசாரத்தைப் பற்றி உனக்கு எப்படித் தெரியும்?"

"ஏன் அண்ணா அவ்வளவு அவசரப்படுகிறாய்? நான் ஆரம்பிப்பதற்கு முன்னால் கேள்வி மேல் கேள்வி கேட்டுத் திக்குமுக்காடச் செய்கிறாயே?"

"சரி,உன் இஷ்டம்போல் சொல்" என்று மௌனம் சாதிக்கத் தொடங்கியது குட்டிச் சுவர்.

"நான் எவ்வளவு பொறுமையோடு உன் கதையைக் கேட்டு வந்தேன். நடு நடுவே குறுக்கிட்டுச் சில விஷயங்களைச் சொல்ல வேண்டுமென்ற வேகம் எனக்கு உண்டா யிற்று. ஆனால் கதையின் சுவாரஸ்யம் கெட்டுப்போய் விடுமென்று சும்மா இருந்தேன். நீ அங்கலாய்க்கும் போதெல்லாம் உனக்கு ஆறுதல் தரும் சமாசாரத்தைச் சொல்ல வாயெடுத்தேன். ஆனால், எல்லாவற்றையும் சேர்ந்தாற் போல் சொல்லிவிடலாம் என்ற எண்ணத்தால் பேசாமல் இருந்து விட்டேன். அண்ணா, ஒரு விஷயத்தை மாத்திரம் முதலிலே சொல்லிவிடுகிறேன். அப்போது உனக்கு நான் சொல்லும் கதையில் அதிகமான சுவை உண்டாகும். நீ நிறுத்திய கதையின் சோக கட்டம் அதோடு நின்று விட்டது. அதற்கு மேல் எல்லாம் நல்ல சமாசாரந்தான்."

"தம்பி, என்னை இப்படி யெல்லாம் சடுகுடு காட்டி வாட்டி யெடுக்காதே. என் முருகாயி என்ன ஆனாள்? அவளை நீ பார்த்திருக்கிறாயா? சௌக்கியமாக இருக் கிறாளா?"

"கழுதை சிரித்தது. வயசு ஆனாலே மயக்கமும் கூட வந்து விடும்போல் இருக்கிறது. உன் கதையை முடிக்கும் போது மூன்று தலைமுறைக் கதை என்று சொன்னாயே; அந்த முதல் தலைமுறையில் வாழ்ந்திருந்த முருகாயியை முளைத்து மூன்று இலை விடாத நான் எப்படி அண்ணா பார்த்திருக்க முடியும்?"

"தப்பு, தப்பு; ஒப்புக்கொள்கிறேன். போதும் தம்பி உன் பீடிகை. கதையைச் சொல்" என்று படபடப்புடன் குட்டிச்சுவர் கூறியது. மேலே கழுதை சொல்லத்தொடங்கியது.

முருகாயி கமலபுரத்துக்குப் போன செய்தி வரைக்கும் உன் கதை அதற்குப் பிறகு என் கதை.

அவன் கமலபுரத்துக்கு வந்து சில மாசங்களில் ஒரு பெண் குழந்தையைப் பெற்றெடுத்தாள். அவள் தன் புருஷனை இழந்தவுடனே உயிரை விட்டிருப்பாள். ஆனாலும்

அவனுடைய ஞாபகத்தை உண்டாக்கும் குழந்தையைப் பெற்றுப் பார்க்கவேண்டும் என்ற ஆசையோடு இருந்தாள்.

அவளுடைய தாய் தகப்பனாருக்குக் கமலபுரம் ஜமீன்தார் வீட்டுச் சம்பந்தம் அற்றுவிட்டது. முருகாயியைத் துரத்திவிட்ட தடியர்கள் இங்கேயும் வந்து தொந்தரவு கொடுப்பார்களோ என்ற பயம் அவர்களுக்கு இருந்தது. அப்படி ஒன்றும் நடக்கவில்லை. ஆனால் ஜமீன் தார் வீட்டு வேலை போய்விட்டது. தங்களுடைய ஜீவனத்துக்கு வழி யென்ன என்ற கவலை அவர்களுக்கு வந்து விட்டது.

நீ சொன்னதுபோல, எங்கள் ஊர்க்காரர்கள் எல்லோருமே முரடர்கள் அல்ல. ஜமீன்தாரையும் அவரைச் சேர்ந்தவர்களையும் வேண்டுமானால் அப்படிச் சொல்லலாம். ஊரில் இருந்த ஜனங்கள் அப்படிப்பட்டவர்கள் அல்ல; நல்லவர்கள்; பிறருக்கு உபகாரம் செய்யவேண்டுமென்ற எண்ணம் உடையவர்கள்

முருகாயியின் கதை ஊரெல்லாம் பரவி விட்டது. அவள் மேல் யாரும் குற்றத்தைச் சுமத்தவில்லை. அவளுக்கு எல்லோரும் இரங்கினார்கள். அதன் பயனாக, ஜமீன்தார் வீட்டு வேலை அந்தக் குடும்பத்திற்கு இல்லாமற் போனாலும் ஊராருடைய வேலை கிடைத்தது. வர வர ஊரார் வேலை அதிகமாகவே கிடைத்தது. முருகாயிக்குக் குழந்தை பிறந்து வளர வளர அந்த வேலையினால் கிடைத்த கூலியும் பெருகியது. குழந்தை அதிருஷ்டமுடையது என்ற தீர்மானத்துக்கு அந்தக் குடும்பத்தினர் வரும்படியாக, ஒரு நிலை ஏற்பட்டது. கடவுள் கருணையால் அந்தக் குழந்தை நன்றாக வளர்ந்தது.

குழந்தை குழந்தையாக இருக்குமா? அது அவளாகி வளர்ந்து வந்தது. வயசாகிப் பருவமும் அடைந்தது. அந்தப் பெண்ணுக்குக் கல்யாணமும் ஆயிற்று. முருகாயிக்கு அண்ணன் ஒருவன் இருந்தான் என்று உனக்குத் தெரி யுமே! அவன் தானே ஏகாம்பரத்துக்குத் தன் வீட்டில் பெண்

இருக்கிறதென்று சொன்னவன்? அவனுடைய மகனையே அந்தப் பெண் கட்டிக்கொண்டாள்.

அவர்கள் நன்றாகவே வாழ்ந்தார்கள். முருகாயியின் மகள் முருகாயியைப்போலப் பட்டுப் புடைவை கட்டிக்கொள்ளவில்லை; இரவுக்கு இரவே வீட்டை வீட்டு ஓடிப்போகவும் இல்லை. அந்தப் பெண்ணுக்கு ஒருகுழந்தை பிறந்தது; அது கூடப் பெண் குழந்தை தான். அந்தக் குழந்தை பிறப்பதற்கு முன்னாலே முருகாயி கண்ணை மூடிக்கொண்டாள். அவள் அவ்வளவு காலம் இருந்ததே பெரிது.

பழைய முருகாயி போனாலும், அந்தக் குடும்பத்துக்குப் புது முருகாயி வந்துவிட்டாள். முருகாயியின் பேத்திக்கும் முருகாயி என்றுதான் பெயர். அவளும் நல்ல அழகிதான். அண்ணா, அவளை பார்த்தால் உன் முருகாயிக்கும் அவளுக்கும் வித்தியாசமே தெரியாது. அப்படி எல்லோரும் சொல்லிக்கொள்கிறார்கள்.

"நான் எப்படித் தம்பி அந்தப் பெண்ணைப் பார்க்க முடியும்?" என்று பெரு மூச்சு விட்டபடியே சுவர் கேட்டது.

பொறு, பொறு, கதை முழுவதையும் கேள். உனக்குச் சந்தோஷத்தைத் தரும் கதை இது. பெரிய முருகாயியின் கதை அல்ல: சின்ன முருகாயியின் கதை. அந்தச் சின்ன முருகாயி வளர்ந்து வந்தாள். ஒரு நாள் அந்த வீட்டுக்கு ஆரோ வந்தார்கள். ஜமீன்தாருடைய ஆள் என்று சொன்னார்கள். ஜமீன்தார் வீட்டுப் பேச்சு எடுத்தாலே அந்த வீட்டில் எல்லோரும் நடுங்குவார்கள். தங்கள் குடும்பத்தைக் குலைத்த கூட்டம் என்று உள்ளூற அவர்களுக்கு வெறுப்பு இருந்தது. ஆகைய ஜமீன்தார் ஆள் என்ற போது அவர்களுக்கு எதிர் பாராத தடுமாற்றம் உண்டா யிற்று. வந்த ஆள் இந்தக் குமாரபுரம் ஜமீனிலிருந்து வந்திருந்தான். அது தெரிந்தபோது சின்ன முருகாயியின் வீட்டாருக்கு அதிகக் குழப்பம் உண்டாயிற்று. வந்தவனோ துப்பறிகிற தோரணையில்

விசாரணை செய்யத் தொடங்கினான். முப்பது நாற்பது வருஷங்களுக்கு முன்னாலே இந்த வீட்டில் முருகாயி என்று ஒருத்தி இருந்தாளாமே?" என்று கேட்டான், அதைக் கேட்டவர்களுக்கு வயிறு பகீரென்றது; 'பழைய சண்டையை மீண்டும் கிளப்ப வந்து விட்டானே!' என்று பயந்தார்கள்.

"அந்த முருகாயி இங்கேதான் இருந்தாளா? இப் போது எங்கே இருக்கிறாள்?" என்று கேட்டான் வந்த ஆள்.

"இனிமேல் அவளை ஒன்றும் செய்ய முடியாது. அவள் இந்த உலகத்தை விட்டுப் பிரிந்து பல வருஷங்கள் ஆகிவிட்டன " என்று பதில் வந்தது.

"அடடா! செத்துப் போய் விட்டாளா?" என்று இரக்கத் தொனி காட்டினான் வந்தவன்.

"அவளை வாழும்படிதான் ஜமீன்தார் வைக்கவில்லையே!" என்றார்கள் எங்கள் ஊரார்.

"அது கிடக்கட்டும். பழைய கதையை இப்போது சொல்லிக்கொண்டிருப்பதில் என்ன லாபம்?"

"லாபம் உண்டு" என்று அவன் சந்தோஷ சமாசாரம் ஒன்று சொன்னான்.

நீ சொன்னாயே அந்தப் பாலாடைத் துரைக்கு ஒரு பிள்ளை இருந்தாரென்று; அவர் கூடச் சின்ன வயசிலே செத்துப் போனாராம். அவருக்கு ஒரே ஒரு பிள்ளை. இப்போது இருக்கிறாரே, இவரை விட்டுவிட்டு அவர் இறந்து போனார். இந்த ஜமீன்தாரைப் பற்றி உனக்கு அதிகமாகத் தெரியாது. உனக்கு முதல் தலைமுறைதான் நன்றாகத் தெரியும். இப்போது இந்த ஊரில் இருக்கும் ஜமீன்தார் தம்முடைய பாட்டனாரிடமிருந்த கெட்ட குணங்களைத் தவிர மற்ற விஷயங்களில் இவர் அந்தப் பாலாடைத் துரையைப் போலவே இருக்கிறவர். குடும்பப் பெயருக்கு அவமானம்

வராமல் பாதுகாக்க வேண்டும் என்ற கொள்கை உடையவர்; இரக்கம் உள்ளவர்.

இந்தப் பால்வண்ணதுரையே கோழிப்பேட்டைக்கு ஆள் அனுப்பியிருந்தார். இவர் தம்முடைய பாட்டனார் கதையையெல்லாம் கேட்டுத் தெரிந்துகொண்டார். அவருடைய அசட்டுத்தனத்தினால் ஒரு குடும்பமே வீணாகி விட் டதைக் கேட்டு மிகவும் வருந்தினார். ஏகாம்பரம் அநியாயமாகத் தற்கொலை பண்ணிக்கொண்ட செய்தி இவர் உள்ளத்தை வெதுப்பியது. தம் பாட்டனார் காலத்தில் கடந்த அந்தக் காரியத்திற்குப் பிராயச்சித்தமாக ஏதாவது நல்லது செய்யவேண்டுமென்ற எண்ணம் இவருக்கு உண்டாயிற்று. அரச மரம் வைத்தல், பிள்ளையார் கோவில் கட்டுதல் முதலிய பிராயச் சித்தத்தை இவர் நினைக்கவில்லை. ஒரு குடும்பத்தைக் கலைத்த பாவத்துக்கு மற்றொரு குடும்பத்தைப் பிரதிஷ்டை செய்வதுதான் ஏற்ற பரிகாரம் என்பதை இவர் எண்ணினார். இந்தச் சோக நாடகத்தின் பிரதான பாத்திரமான முருகாயியைப் பற்றித் தெரிந்துகொள்ள எண்ணியே ஆளை அனுப்பினார்.

இந்த விஷயங்களை ஆள் சொன்னபோது, சின்ன முருகாயியின் தாய் தந்தையருக்குச் சந்தோஷமாக இருந்தது. ஆனாலும் பணக்காரர் மனசு ஒரே மாதிரியாக இருக்குமென்று அவர்களால் உறுதியாக நம்ப முடியவில்லை.

சில நாள் கழித்து அந்த ஆள் மறுபடி வந்தான். அந்தக் குடும்பத்தினருக்கு இஷ்டம் இருந்தால் குமாரபுரத்துக்கே வந்து குடியிருக்கலாமென்றும், அரண்மனை வேலை களெல்லாம் அவர்களுக்கே கிடைக்குமென்றும் ஜமீன்தார் சொல்லி அனுப்பி இருந்தார். "போதும் போதும்! ஏதோ ஆண்டவன் கிருபையால் நாங்கள் இங்கே சௌக்கியமாக இருக்கிறோம். மறுபடியும் அங்கே வந்து அல்லற் படமாட்டோம்" என்று சொல்லிவிட்டார்கள்

இந்த ஜமீன்தார் தம்முடைய முயற்சியை அதோடு நிறுத்தவில்லை. இந்த ஊரிலிருந்து வயசான ஏகாலியர்களை அனுப்பிச் சமாதானம் செய்யச் சொன்னார். அதனாலும் முடியவில்லை.

ஆனால் நாள் செய்வது நல்லோர் செய்யார் என்ற பழமொழிதான் உண்மையாயிற்று. என்ன இருந்தாலும் ஏழைக் குடித்தனம் செய்யும் அந்தக் குடும்பத்திற்கு வலிய ஒரு ஜமீன்தார் உதவி செய்ய நினைக்கும்போது, முதலில் வேண்டாமென்று மறுத்தாலும் பிறகு கொஞ்சம் கொஞ்சமாக அவர்கள் மனம் மாறியது. சின்ன முருகாயியின் தகப்பனும் விசாரித்துப் பார்த்தான். இப்போது இருக்கிற ஜமீன்தார் பாவ புண்ணியத்துக்கு அஞ்சுகிறவர் என்றும் நல்லவரென்றும் தெரிந்து கொண் டான். ஜமீன்தார் அந்த வருஷம் பொங்கலுக்கு அரிசியும் வெல்லமும் புடைவையும் வேட்டியும் அனுப்பி வைத்தார்.

சின்ன முருகாவிக்கு அதிருஷ்டம் என்றுதான் சொல்லவேண்டும். அவள் கல்யாண விஷயத்தில் கூட ஜமீன்தாருக்கு அக்கறை ஏற்பட்டது. குமாரபுரத்திலேயே ஒரு பையனைப் பார்த்துக் கல்யாணம் பண்ணி வைத்துவிட்டால் முருகாயி இங்கேயே வந்துவிடுவாள்; ஓடிப்போன குடும்பத்தை மீட்டும் நிலை நிறுத்தியதாக இருக்கும் என்று இவர் எண்ணினார் போல் இருக்கிறது.

ஆனால் அவர்களுக்குப் பயம் முற்றும் ஒழிந்தபாடில்லை. இந்த ஊரில் தங்கள் பெண்ணைக் கட்டிக் கொடுக்கச் சம்மதிக்கவில்லை. "துரையவர்களுடைய பிரியத்துக்கு நாங்கள் ஒன்றும் தப்புச் சொல்லவில்லை. அவர் மகாராஜராக வாழ வேணும். ஆனால் இந்த முருகாயிக்குக் குமாரபுரத்துச் சம்பந்தமே வேண்டாம். லட்சாதிபதியாக இருந்தாலும் வேண்டாம். அந்த ஊர்ப் பிள்ளைக்கும் நம் வீட்டுக்கும் ராசி இல்லை என்று சொல்லிவிட்டார்கள்.

கடைசியில் இந்தக் குமரப்பன், என் எசமான் வந்து சேர்ந்தான். நல்ல பிள்ளை; வீட்டோடு இருப்பானென்று இவனுக்கே முருகாயியைக் கட்டிக்கொடுத்தார்கள். பால் வண்ண துரையின் பிரியமும் நல்ல மனசும் அந்தக் கல்யாணத்திலே நன்றாகத் தெரிய வந்தன. வேண்டிய சாமான்களும் வேட்டியும் சேலையும் அனுப்பினார். அது கூடப் பெரிதல்ல. நேரிலே காணாதவர்களிடம் அதைச் சொன்னால் நம்பமாட்டார்கள். ஜமீன்தார் துரை எங்கே? ஏழை வண்ணார் எங்கே! கல்யாணத்தன்று மாலை ஜமீன் தார் பால்வண்ணதுரையே சின்ன முருகாயியின் வீட்டுக்கு வந்துவிட்டார். அவர் வரப்போகிறாரென்று யாருக்கும் தெரியாது. கூட வந்த ஆள், 'ஜமீன்தார் துரை வந்திருக்கிறார்' என்றபோது எல்லோருக்கும் தூக்கி வாரிப்போட் டது. ஒரு கணத்தில் ஊர் முழுதும் எப்படியோ சமாசாரம் பரவிவிட்டது. அப்புறம் கூட்டத்துக்குக் கேட் பானேன்? கல்யாணமான முருகாயியும், அவள் புருஷனும் ஜமீன்தார் காலில் விழுந்து பணிந்தார்கள்.

"எசமான்! ஏது' இப்படி ஆச்சரியமான காரியஞ்செய்தது?" என்று குழறிக்கொண்டே கேட்டான் முருகாயியின் தகப்பன்.

இந்த முருகாயியைப் பார்க்கத்தான் வந்தேன். என் இளைய தங்கையைப்போல இவளை நினைத்திருக்கிறேன். தங்கை இருக்கிறாள் என்று காதாலே மாத்திரம் கேட் டேன். கல்யாணத்துக்குக்கூட அண்ணனாக இருக்கிறவன் வராமல் இருக்கலாமா? அதனால் வந்தேன்.'

ஜமீன்தாருடைய வார்த்தைகளைக் கேட்ட அந்தக் குடும்பத்தினருக்கு உடம்பு புல்லரித்தது. ஏதோ கனவுலகத்திலே இருப்பவர்களைப் போன்ற உணர்ச்சி தோன்றியது. தங்கை என்றல்லவா இவர் சொல்கிறார்! என்ன பெருந்தன்மை? இவரை எப்படிச் சந்தேகிப்பது?' என்று அவர்கள் அப்போது நினைத்திருக்கவேண்டும்.

"தங்கச்சி, உன்னுடைய பாட்டியை எங்கள் ஊரிலிருந்து துரத்தி விட்டார்களாம். அது பெரிய பாவம்! இப்போது அந்தப் பாவத்தைப் போக்க என் தங்கச்சியை இங்கே இருந்து மறுபடியும் எங்கள் ஊருக்கே அழைத்துப்போக வந்தேன்" என்று ஜமீன்தார் கூறியபோது, யாரும் தங்கள் கண்ணையும் காதையும் நம்ப முடியாமலே போயிற்று.

அந்த இளம் பெண் ஒன்றும் விளங்காமல் தன் தந்தையின் முகத்தையும் தாய் முகத்தையும் பார்த்தாள். அவள் தகப்பன் ஆவேசம் வந்தவனைப்போல, "சாமி என் துரையே! நான் பண்ணினது தப்பு. முன்னமே எசமானை வந்து பார்த்திருக்கவேண்டும். இவ்வளவு தங்கமான துரையைப் பற்றி நான் தெரிந்துகொள்ளாமற் போனேன், பாவி. இனி மேல் துரை எப்படிச் சொன்னாலும் கேட்டுறேன். என்னை மன்னிக்கவேண்டும்" என்று அழுகையும் தொழுகையுமாகச் சொல்லி ஜமீன்தார் காலில் நெடுஞ்சாண் கிடையாக விழுந்தான்.

ஜமீன்தார் உள்ளம் உருகியது. அங்கே கூடியிருந்தவர்கள் அத்தனை பேரும் மரமாக நின்று போனார்கள்

"சரி, கல்யாண விருந்தெல்லாம் ஆன பிறகு என் தங்கச்சியையும் மாப்பிள்ளையையும் நம் ஊருக்கு அனுப்புங்கள். இவர்கள் அந்த ஊரிலேயே சௌக்கியமாக இருக்கட்டும். இவர்களைக் காப்பாற்றுவது என் கடமை. இவர்களுக்கு ஒரு குறையும் வராது." இவ்வாறு சொல்லி ஜமீன்தார் இங்கே வந்துவிட்டார்.

"என்ன உத்தமமான குணம் பார்த்தாயா அண்ணா? பணமோ, பதவியோ, குலமோ, கோத்திரமோ ஏதாக இருந்தாலும் அன்புக்கும் அறத்துக்கும் முன்னாலே நிற்குமா? ஆச்சரியம்! பரம ஆச்சரியம்!"

ஜமீன்தார் போன பிறகு, வாரத்துக்கு வாரம் இங்கிருந்து கோழிப்பேட்டைக்கு ஆள் வந்து கொண்டே இருந்தான். எப்போது புறப்படப் போகிறார்கள் என்பதைத் தெரிந்து

கொள்வதற்கும், பிரயாணத்திற்கு வேண்டிய ஏற்பாடுகளைக் கவனிப்பதற்குமாகவே அவன் வந்தான்

ஊரில் உள்ளவர்கள் அவர்களைக் குமாரபுரத்துக்குப் போகும்படி சொன்னார்கள். "முதலிலெல்லாம் எங்களுக்குச் சந்தேகமாகவே இருந்தது. பழைய முருகாயியின் கதையாகத் திரும்பி ஆகிவிடுமா என்று நினைத்தோம். ஆனால் ஜமீன்தார் துரை, இங்கே கல்யாணத்துக்கு வந்த பிறகு அந்த எண்ணம் அடியோடு ஒழிந்தது. அவர் லட்சத்தில் ஒரு மனிதர். பழைய காலத்தில் தம் பாட்டனார் செய்த ஒரு தப்பை இவர் திருத்த முன் வந்திருக்கிறார். எந்தக் குடும்பத்தில் இப்படிச் செய்யும் பிள்ளைகள் பிறக்கிறார்கள்? உங்கள் அதிருஷ்டம்; முருகாயியின் அதிருஷ்டம். எதிர்பாராதபடி ஜமீன்தாரின் அன்பு உங்களுக்குக் கிடைத்தது என உறவினர்கள் சொன்னார்கள்.

கல்யாணம் ஆகிச் சரியாக மூன்று மாதம் கழித்துச் சின்ன முருகாயி தன் புருஷனுடனும் தாய் தந்தையருடனும் இந்த ஊருக்குப் புறப்பட்டாள். ஊரே அவர்களை வழி அனுப்பியது.

"என்னுடைய அதிருஷ்டத்தையும் நான் சொல்ல வேண்டாமா?" என்னைச் சின்ன முருகாயி ஆசையோடு வளர்த்தாள். ஆகையால் என்னையும் அவள் அழைத்து வந்துவிட்டாள். நேற்றுத்தான் நாங்கள் இந்த ஊருக்கு வந்தோம்.

"இப்போது கதை முடிந்து விட்டது அண்ணா. உனக்குத் திருப்திதானே? நீ முதல் தலைமுறையில் ஆரம்பித்தாய்; நான் மூன்றாந் தலைமுறையில் கொண்டு வந்து முடித் தேன். மூன்று தலைமுறையின் கதை இப்போது பூரணமாகிவிட்டது என்று சொல்லி நிறுத்தியது கழுதை.

"தம்பி, நீ மிகவும் வஞ்சகம் உள்ளவன் அப்பா. இத்தனை சமாசாரத்தையும் வைத்துக்கொண்டு பேசாமல் குட்டிச்சுவர் மாதிரி நான் சொன்னதையெல்லாம் கேட்டுக் கொண்டே இருந்தாயே. உனக்கு இந்தக் கதையைப் பற்றித்

தெரியுமென்று நடுவிலே கொஞ்சங் கூட மூச்சுக் காட்டவில்லையே !"

"என்ன அண்ணா, என்னையும் உன் இனத்தில் சேர்த்து விட்டாய்? குற்றம் இல்லை.எப்படியோ என்னை வேறாக நினைக்காமல் பேசுகிறாயே, அதிலே எனக்குச் சந்தோஷம், உன் கதை எனக்குத் தெரிந்த அரைகுறைக் கதையை முழுசாக்க உதவியது. எத்தனையோ விஷயங்கள் எனக்கு விளங்காமல் இருந்தன. நீ சொன்ன கதை எல்லாச் சிக்கலையும் தெளிவாக்கியது. நடுவிலே நான் குறுக்கிட்டிருந்தால் இவ்வளவு தெளிவு ஏற்பட் டிருக்காது."

"நான் சொன்ன கதை ஒரு தலைமுறையின் கதை தானே? நீயோ இரண்டு தலைமுறைகளின் கதையைச் சொன்னாய். இவ்வளவு நாள் நான் வருத்தப்பட்டிருந்ததற்கு இன்றுதான் அப்பா விமோசனம் ஏற்பட்டது. என் முருகாயியைப் போல இந்த முருகாயி இருப்பாளென்று சொன்னாயே, அவளையும் பார்த்து விட்டேனானால் என்குறை தீரும். இவ்வளவு காலம் மயக்கத்தில் ஆழ்ந்து கிடந்த என்னை நீ தட்டி எழுப்பி உணர்ச்சி ஊட்டினாய் தம்பி.

"இல்லை, இல்லை, நீ சொல்வது பொய். நான்தான் தூங்கி வழிந்து கொண்டிருந்தேன். நீ என்னை எழுப்பிக் கதையைச் சொன்னாய். சரி,வெகுநேரமாகி விட்டது, அண்ணா. நான் வருகிறேன்."

"தம்பி, தம்பி, நீ அடிக்கடி இங்கே வந்து கொண்டிரு. மறந்து விடாதே. இனிமேல் உன்னால் தான் நான் வாழ வேண்டும்."

"ஆகட்டும்" என்று கழுதை விடைபெற்றுக் கொண்டு போய் விட்டது.

8

ரெண்டு நாள் கழித்துக் கழுதை மீட்டும் தன் நண்பனிடம் வந்தது. அதைக் காணும் போதே குட்டிச்சுவர் அடைந்த ஆனந்தம் கரையற்றதாக இருந்தது.

"வா, தம்பி. என்ன இப்படி என்னை அடியோடு மறந்து விட்டாயே!" என்று கேட்டது.

'இரண்டு நாள் ஆனதைப் பெரிதாகச் சொல்கிறாயே! எத்தனை வருஷங்களாக நீ யாருடனும் பேசாமல் உன் துக்கத்தை மனசுக்குள்ளே புதைத்துக் கொண்டு நின்றிருந்தாய்? இந்த இரண்டு நாள் உனக்குப் பொறுக்க வில்லையே! உன்னுடைய முருகாயி கூடச் சில நாள் ஏகாம்பரத்தைப் பிரிந்து இருந்திருப்பாள் போலிருக்கிறது. நீ என்னைப் பிரிந்து இரண்டு நாள் இருக்க இவ்வளவு தவிக்கிறாயே !'

"அந்தப் பழைய கதையை ஏன் கிளறுகிறாய் தம்பி? முருகாயிதான் ஏகாம்பரத்தைப் பிரிந்து அத்தனை வருஷ காலம் உங்கள் ஊரில் வாழ்ந்தாளே! அது கிடக்கட்டும். நிராசையோடு இனி மாறுதல் இல்லை என்ற சித்தாந்தம் வந்து விட்டால் எத்தனை காலம் ஆனாலும் காத்திருக்க லாம்; காத்திருப்பதை விட வேறு வழியும் இராதே! ஆனால் நம்பிக்கை வந்து விட்டாலோ, ஒவ்வொரு கணமும் ஒவ்வொரு யுகமாக இருக்கும். ஜமீன்தார் இப்போது அவர்கள் இந்த ஊருக்கு வந்து வந்துவிட்டது கண்டு ஆனந்தப்பட்டிருப்பாரே ?"

"அண்ணா, உனக்கு ஒரு சந்தோஷ சமாசாரம் கொண்டு வந்திருக்கிறேன்."

"என்ன தம்பி, அது? சொல்லு."

"முருகாயியை நீ பார்க்கப் போகிறாய். அவள் உன்னிடம் வரப் போகிறாள்."

"என்ன தம்பி விளையாடுகிறாயா? அவள் தன் பாட்டி வாழ்ந்த வீட்டைப் பார்க்க வரப்போகிறாளா? அவளுக்குத் துரை நல்ல வீடு கொடுத்திருப்பாரே? அந்தக் காலத்தில் இந்த வீடு விருந்தும் வேடிக்கையுமாக இருந்ததென்பதை அவளுக்கு ஆராவது சொன்னார்களோ? இப்போது இந்தக் குட்டிச் சுவரைப் பார்த்தால் என்ன தெரியப் போகிறது? நான் அவளோடு பேச முடிந்தால் பழைய கதையை விரிவாக எடுத்துச் சொல்வேனே! அவளுடைய பாட்டி மாசு மறுவற்றவள் என்பதை அடித்துச் சொல்வேன். ஆனால் அது நடக்கக் கூடிய காரியமா? அப்படி ஏதாவது நடந்தால் கூட, இங்கே எதோ பேய் இருந்து கொண்டு பேசுகிறது என்று எண்ணிப் பயந்து கொண்டு ஓடிப்போய் விடுவாள். என்ன பயங்கொள்ளி உலகம்!"

"பயம் ஒன்றும் இல்லை. இந்த முருகாயியும் தைரிய சாலிதான். அவள் தன் கணவனுடனும் தாய் தகப்பனுட னும் இங்கேயே வந்து வாழப் போகிறாள்."

"தம்பி, என்னை இப்படி யெல்லாம் தூண்டில் போட்டு வாங்காதே. நீ சொல்லுவது எதையும் விளையாட்டாக நினைப்பதற்கு இல்லை. நீ மிகவும் ஆழமானவன் அப்பா. சமாசாரத்தைத் தெளிவாகச் சொல்"

ஜமீன்தாருக்கு முருகாயியும் அவள் குடும்பமும் இந்த ஊருக்கே வந்து விட்டதில் எல்லையில்லாத திருப்தி. ஏதோ ஒரு பழைய வீட்டில் இப்போதைக்கு இருக்கும்படி ஏற்பாடு செய்திருக்கிறார். புதிய வீடாக ஒன்று கட்டிக் கொடுக்க வேண்டுமென்பது அவர் விருப்பம். அவர் இவர்களிடம் ஒரு சமாசாரம் கேட்டாராம். 'பழையபடி ஏகாம்பரம் வாழ்ந்திருந்த வீட்டைக் கட்டித் தந்தால் அங்கே இருப்பீர்களா?' என்று கேட்டார். மற்றவர்களானால் பயப்படுவார்கள். முருகாயிக்கு அது சம்மதமாகவே இருந்தது. 'ஊராரெல்லாம் அங்கே பேய் இருக்கிறது என்று முன்பு சொல்லிக்கொண்டிருந்தார்கள். அதெல்லாம் ஒன்றும் இல்லை.உங்களுக்குத் தைரியம் இருந்தால் அங்கே போய் இருக்கலாம். அந்தப் பக்கத்தில்

இன்னும் சில வீடுகளைக் கட்டி அரண்மனை வேலைக்காரர்களைக் குடியிருக்கச் செய்யலாம் என்று நினைக்கிறேன்' என்று துரை சொன்னார். அவர் எது சொன்னாலும் கேட்பதற்குத் தயாராக இருக்கிறார்கள் இவர்கள்.

"முருகாயிக்குச் சம்மதமென்று சொன்னாயே. அவள் பயப்படமாட்டாளா? சிறு பெண்தானே"

"அவள் சிறு வயசிலிருந்தே துணிவுடையவள். பயமில்லாமல் எங்கானாலும் போய்விட்டு வருபவள். இதை நான் நன்றாக அறிவேன். அவளுக்குக் கொஞ்ச நஞ்சம் பயம் இருந்தாலும் போகும்படியாக, பக்கத்தில் வீடுகளைக் கட்டிச் சில மனிதர்களைக் குடிவைக்கப் போவதாக வேறு ஜமீன்தார் சொல்லிவிட்டாரே!"

"துரை மகா கெட்டிக்காரர், மிகவும் உத்தமர் என்றே தோன்றுகிறது" என்று குட்டிச்சுவர் சொல்லியது.

"அதற்கு என்ன சந்தேகம்? இன்னும் கேள். இந்த வண்ணான் மடுவைத் தூர்த்துவிட்டு இங்கே ஒரு பிள்ளையார் கோவிலைக் கட்டப் போகிறாராம். பேயிருந்த இடம் மாறிப் பிள்ளையார் இருக்கும் இடமாகப் போகிறது.

"சபாஷ்"

"அண்ணா, நீ மறுபடியும் வாழப் போகிறாய்.பழைய முருகாயி போய்ப் புது முருகாயி வந்ததுபோல, நீயும் புது அவதாரம் எடுத்து மீண்டும் விருந்து வேடிக்கைகளைப் பார்க்கப் போகிறாய். ஆமாம்; இப்பொழுதே சொல்லிவிட்டேன். என்னை மாத்திரம் மறந்து விடாதே!'

கழுதை சொல்லி முடித்ததோ இல்லையோ, குட்டிச் சுவர் பிரமை தட்டிப் போய்ப்படபட வென்று அப்படியே சாய்ந்து விட்டது. அவ்வளவு காலம் மற்றப் பகுதிகளெல்லாம் இடிந்து

விட்டாலும் பழைய வீட்டின் தனி அடையாளமாக நின்றிருந்த அதுவும் அன்று விழுந்து விட்டது.

★ ★ ★

9 788199 792647